महिला उद्योजक

महिला उद्योजक

प्रेरणादायक यशोगाथा

अविनाश किरपाल

SAGE | bhasha

Los Angeles | London | New Delhi
Singapore | Washington DC | Melbourne

Originally Published in 2016 in English by
SAGE Publications India Pvt Ltd as *Womentrepreneurs: Inspiring Stories of Success*

This edition published in 2017 by

SAGE | bhasha

SAGE Publications India Pvt Ltd
B1/I-1 Mohan Cooperative Industrial Area
Mathura Road, New Delhi 110 044, India
www.sagepub.in

SAGE Publications Inc
2455 Teller Road
Thousand Oaks, California 91320, USA

SAGE Publications Ltd
1 Oliver's Yard, 55 City Road
London EC1Y 1SP, United Kingdom

SAGE Publications Asia-Pacific Pte Ltd
3 Church Street
#10-04 Samsung Hub
Singapore 049483

Published by SAGE Publications India Pvt Ltd, Translation Project Coordinated by TranslationPanacea, Pune and printed at Repro India Ltd., Mumbai.

ISBN: 978-93-866-0216-9 (PB)

Translator: Saroj Deshchougule

SAGE Team: Mahesh Sachane, Siddharth Khandekar

सामाजिक आणि सांस्कृतिक आव्हानांवर मात करत
दुर्लक्षित गटांचे जीवनमान सुधारणे
हेच ज्यांच्या जीवनाचे ध्येय आहे
अशा ध्येयवेड्या समर्पित तरुण मुलींना.

अनुक्रमणिका

प्रस्तावना

भारतात मुलींना त्यांच्या रूढीप्रिय कुटुंबांकडून शिक्षणक्षेत्र आणि वैद्यकीय व्यवसाय करण्यासाठी प्रोत्साहन मिळत आले आहे. त्यांनी कुटुंब आणि घरावर लक्ष केंद्रित करावे, असेही त्यांना शिकविले जाते. खरंतर वस्तुस्थिती अशी आहे की अनेक भारतीय स्त्रियांनी समाजाच्या उद्धारासाठी लक्षणीय पुढाकार घेतला आहे. वैयक्तिक आणि सामाजिक दोन्ही स्तरांवर खोलवर ठसा उमटवला आहे. कमलादेवी चटोपाध्याय आणि दुर्गाबाई देशमुख अशी नावे अगदी सहज मनात येतात.

समाजातील स्त्रीच्या स्थानाबाबतची समजूत आता नाट्यपूर्णरीत्या बदलली आहे. स्त्रिया आता वैमानिक, खगोलशास्त्रज्ञ, अभियंता, शिक्षणशास्त्रज्ञ, बँकर आणि सार्वजनिक आयुष्यात भिन्नभिन्न अशा व्यवसाय उद्योगांमध्ये मोठ्या उंचीवर पोहोचल्या आहेत.

या पुस्तकात चित्रित केलेल्या उद्योजकांनी त्यांनी स्वीकारलेल्या व्यवसायाचे यश अगदी वेगळ्या कसोट्यांवर तोलले आहे. गंमत म्हणजे बहुतेकांनी फायद्याला महत्त्व दिलेले नाही. त्यांच्यासाठी समाजातील वेगवेगळ्या वर्गांची उन्नती आणि अर्थातच पर्यावरणाचा विचार जास्त महत्त्वाचा आहे.

या पुस्तकाने स्त्री उद्योजकांचे विविध क्षेत्रातील काम एका विस्तृत परिप्रेक्ष्यातून दाखवले आहे. उदा. मणीपूरच्या बिनलक्ष्मी नेप्रम मणीपूरमध्ये तयार झालेल्या बंदूकधारी संस्कृतीने उद्ध्वस्त झालेल्या निरपराध स्त्रिया आणि त्यांची कुटुंबे पाहूनच त्या कार्य करण्यास प्रवृत्त झाल्या. उर्वशी बुटालिया या दुर्लक्षित स्त्रियांच्या समस्यांवर प्रकाश टाकणाऱ्या स्त्रीवादी प्रकाशनातील एक ज्येष्ठ व्यक्ती आहेत. तसेच अथक परिश्रम करणाऱ्या इतर अनेक स्त्रियाही आहेत. उदा. स्वमग्नतेची शिकार असलेल्या मुलांबरोबर कसे जुळवून घ्यायचे याची जागृती निर्माण करण्यासाठी झटणाऱ्या मेरी बरुआ किंवा निराधार कुमारी मातांना सामोऱ्या जाव्या लागणाऱ्या परिस्थितीत सुधारणा आणणाऱ्या लक्ष्मी कृष्णन. तसेच आणखी काही स्त्रियांनी आतिथ्य सेवा व्यवसायातील (हॉस्पिटॅलिटी इंडस्ट्री) मानवी संबंधांमध्ये (एच

आर) मार्गदर्शन करण्यात लक्षात येण्यासारखे यश मिळवले आहे. तसेच ग्रामीण स्त्रियांसाठी नोकरीच्या संधी निर्माण करण्यातही काही यशस्वी झाल्या आहेत.

स्वतःची कारकीर्द आणि कौटुंबिक आयुष्यात समतोल कसा साधावा याची काळजी करणाऱ्या महत्त्वाकांक्षी तरुण-तरुणींसाठी हे अनुभव मार्गदर्शक ठरू शकतील.

भारतातील सामाजिक, सांस्कृतिक आणि आर्थिक परिस्थिती उद्योजकतेचे उमदे काम करणाऱ्या तरुण, धाडसी आणि निग्रही मुलींना पाठिंबा देत आहे अशा वेळी अशा प्रकारचे प्रेरणादायी काम निर्माण करण्यासाठी पुढाकार घेण्याचे श्रेय अविनाश किरपाल आणि सेज प्रकाशनाला द्यायलाच हवे.

कपिला वात्स्यायन
अध्यक्ष, इंडिया इंटरनॅशनल सेंटर,
एशिया प्रोजेक्ट

ऋणनिर्देश

या पुस्तकाच्या परिपूर्तीसाठी ज्यांनी मला प्रत्यक्ष वा अप्रत्यक्षपणे मदत केली आणि पाठिंबा व प्रोत्साहन दिले त्या सर्व व्यक्तींविषयी मी कृतज्ञता व्यक्त करू इच्छितो.

सरोजा खन्ना

प्रकाशन व्यवसाय आणि वृत्तपत्रव्यवसाय त्याचप्रमाणे छोट्या मुलांची करमणूक करण्यासाठी त्यांना गोष्टी सांगणे हे माझी मैत्रीण सरोजाच्या उपजीविकेचे साधन आहे. तिने वेळोवेळी दिलेल्या अभिप्रायामुळे मला पुस्तकाच्या निरनिराळ्या अवस्थांमध्ये माझे विचार सुस्पष्ट होण्यासाठी नुसती मदतच झाली नाही तर उद्योजकांच्या वर्तनाकडे बघण्याची नवीन सूक्ष्म दृष्टी आत्मसात करण्याची माझी कुवत वाढली. त्यासाठी ती मला प्रयोगांना, पुस्तक प्रकाशनाला, सरकारी अधिकाऱ्यांच्या, निष्णात व्यक्तींच्या, व्यावसायिकांच्या, ज्ञानी लोकांच्या भेटीगाठींसाठी (बहुतेकदा खेचूनच!) घेऊन गेली. त्यामुळे माझा दृष्टिकोन व्यापक झाला आणि माझे लिखाण समृद्ध झाले.

जेव्हा एखादी संहिता विविध संगणकीय व्यवस्थांमधून जात असते तेव्हा एका लेखकाने लोकप्रिय संगणकीय भाषांमध्ये तसेच डाऊनलोडिंग, फॉरमॅटिंग फायलिंगसारख्या आवश्यक गोष्टींमध्ये पारंगत असणे अपेक्षित असते, जे मी अजिबातच नव्हतो. सरोजाने मला हा इलेक्ट्रॉनिक जादूटोण्याचा चक्रव्यूह भेदायला मदत केली जेणेकरून या सगळ्यातून मी एक व्यावसायिक दिसणारा दस्तऐवज तयार करू शकलो.

हिमाद्री दास

माझ्या प्रकल्पामध्ये कोण भाग घेऊ शकेल या निवडीबद्दलच्या मार्गदर्शनासाठी मी माझा फार पूर्वीचा सहकारी प्राध्यापक आणि मित्र हिमाद्री दास याच्या ऋणात आहे. त्यातल्या काहींना त्याने व्यवसाय प्रशिक्षण शाळेत शिकवलेले होते. तो गुरगाव येथील ग्रेट लेक्स या व्यवस्थापन संस्थेचा संचालक आहे आणि त्याआधी आंतरराष्ट्रीय व्यवस्थापन संस्था (इंटरनॅशनल मॅनेजमेंट इन्स्टिट्यूट), नवी दिल्ली येथे अर्थकारण या विषयाचा प्राध्यापक आहे. महिला उद्योजक उमेदवारांच्या भावनिक आणि मानसिक गरजांशी संबंधित प्रश्न कसे सोडवायचे याचा त्याने सल्ला दिला यासाठीसुद्धा मी त्याचे आभार मानतो. एक शिक्षक या नात्याने त्याला ते चांगल्या प्रकारे समजत होते.

हिमाद्रीने मला शोधक प्रश्न विचारायची पद्धतही समजावून सांगितली जेणेकरून मुलाखतीच्या वेळी लपलेले सत्य उघडकीस येऊ शकेल. या पुस्तकातील कथांची सखोलता यामुळे चांगलीच वाढली आहे.

पॅट्रिशिया ओर्रिको

पॅट्रिशिया ओर्रिको, संचालक, आंतरराष्ट्रीय उद्योग संघ, (इंटरनॅशनल फेडरेशन ऑफ इंडस्ट्रीज) साल्वादोर, ब्राझील, यांचा मी अतिशय आभारी आहे कारण त्यांनी मला साल्वादोर येथे बोलावले आणि उद्योजकतेवर आधारित प्रकल्पांविषयी एक आंतरराष्ट्रीय दृष्टी दिली. त्यांनी माझी ब्राझीलमधल्या अनेक यशस्वी महिला उद्योजकांबरोबर ओळख करून दिली. या महिलांना ज्या सामाजिक आणि सांस्कृतिक आव्हानांना तोंड द्यावे लागले त्याबद्दल त्या महिलांनी मला सांगितले आणि त्यांच्या भारतीय भगिनी अशा आव्हानांना तोंड देण्यासाठी काय करतात याबद्दल जाणून घेण्यासाठी त्यांनी प्रश्नोत्तराच्या भागात सक्रिय सहभाग घेतला.

सचिन शर्मा

सेज प्रकाशनने विशेषज्ञ म्हणून नेमलेल्या सचिन शर्मांने प्रमाण स्वरूपात स्वीकारार्ह मसुदा तयार करण्यास मला मदत केली. प्रकाशन व्यवहाराबाबत माझा नाउमेद करणारा आणि

त्रासदायक अडाणीपणा दिसत असूनही सचिनने माझी शिकवणी अत्यंत काळजीपूर्वक व धीराने चालू ठेवली आणि हा प्रकल्प प्रत्यक्षात उतरवला. मला मदतीचा हात देण्यासाठी त्याने कधीही मागेपुढे पाहिले नाही. आणि अशा प्रकारच्या प्रवासात न टाळता येणारे असे जे खाचखळगे येतात ते पार करायला प्रवृत्त केले. सचिनने जो समजूतदारपणा दाखवला त्याबद्दल मी त्याचा ऋणी आहे. त्याच्या प्रोत्साहनाखेरीज मी प्रेरणादायी कथा लिहिण्यासाठीच्या क्षमता विकसित करू शकलो नसतो. तो नसता तर मी एक छोटासा लेखक राहिलो असतो.

परिचय

अनेक विकसनशील देशांमध्ये स्त्रियांनी प्रस्थापित केलेले उद्योगव्यवसाय आणि समाजोपयोगी उपक्रम यांचे योगदान फार महत्त्वाचे आहे. कारण त्यामुळे सुस्थिती वाढली, नोकऱ्या वाढल्या तसेच स्थानिक बाजार आणि निर्यातीसाठी उपलब्ध असलेल्या मालात विविधता आली. या मोजक्या फायद्यांव्यतिरिक्त अर्थकारणात महिलांनी केलेल्या मोठ्या उद्यमशीलतेचे आणखीही फायदे आहेत कारण आपल्या सहज प्रवृत्तीनुसार स्त्रिया पर्यावरणाबाबत व कोणताही अपव्यय टाळण्याबाबत संवेदनशील असतात आणि सभ्य, नैतिक वर्तनाला प्रोत्साहन देतात. यामुळे समाज सुधारण्यास व निरंतर विकासास प्रोत्साहन मिळते.

भारतातील निरनिराळ्या भागातून आलेल्या विविध पार्श्वभूमीच्या दहा स्त्रियांच्या कथा या पुस्तकात आहेत. त्यांनी सामाजिक, सांस्कृतिक आव्हानांवर मात करत उद्योग किंवा समाजोपयोगी उपक्रम चालू केले आहेत. आपल्यासारख्या पुरुषप्रधान समाजव्यवस्थेत स्त्रियांनी घर आणि कुटुंबावर लक्ष केंद्रित करावे या अपेक्षेचा नेहमी उल्लेख होतो. पण याच अपेक्षेमुळे एखादा प्रकल्प प्रस्थापित होण्यासाठी जे काम होणे आवश्यक आहे जसे की प्रवास करणे व लोकांना भेटणे, ते करण्यात महिला उद्योजकांना अडचण येऊ शकते. दुसरे आव्हान हे आहे की महिला स्वतःला पूर्णपणे झोकून देऊन त्यांच्या स्टार्टअपसाठी काम करतील हे स्वीकारण्याची वृत्ती व्यावसायिक जगातल्या पुरुषांमध्ये नाही, आणि प्रत्यक्षात ते त्यांना अशी उमेदवार समजतात जी लवकरच घरगुती कारणांसाठी काम सोडून जाईल. जर भांडवलदार, पुरवठादार, ग्राहक आणि भावी नोकरदार असा विचार करणार असतील तर महिला उद्योजकांना व्यवसाय चालू करणं अवघड आहे.

नवीन तंत्रज्ञान आणि जागतिकीकरणामुळे तसेच मुक्त सामाजिक विचारधारांचे वारे जगात आणि भारतातही वाहू लागल्यामुळे महिला उद्योजकांना मिळणाऱ्या संधी कशा बदलत आहेत, हे या कथा आपल्याला सांगतात. आता औद्योगिक उपक्रम चालू करताना मुख्यत्वेकरून घरच्या उत्पन्नाला हातभार लावण्याची गरज म्हणून महिला प्रवृत्त होताना दिसत नाहीत तर

त्यांच्या कल्पकतेचा आविष्कार, व्यक्तिगत विकास त्याचप्रमाणे समाजाच्या कल्याणाची इच्छा म्हणून त्या पुढे येतात. या प्रकारचा विकास आणि त्याचबरोबर मुलींमध्ये शिक्षणाचा प्रसार झाल्यामुळे आधुनिक भारतीय महिला उद्योजकांची एक नवीन पिढी तयार झाली आहे आणि त्यांच्या उद्योगधंद्याचा केंद्रबिंदू घरगुती उत्पादनांवरून ज्ञान आणि तंत्रज्ञानावर आधारित उत्पादनांकडे वळला आहे तसेच त्यांचे उपक्रमही मानवतावादी व प्रागतिक झाले आहेत.

यातील काही स्त्रियांना व्यवसायविषयक शिक्षणाचा फायदा झाला आहे, काहींनी औपचारिक शिक्षण घेतले आहे, तर काहींनी अजिबात शिक्षण घेतलेले नाही. व्यवसाय व्यवस्थापनात प्रावीण्य मिळवलेल्यांनी (एमबीए) सुरू केलेल्या उद्योगांच्या कथांमध्ये भिन्न क्षेत्रातले उद्योग, उदा. खरेदी-विक्री सेवा, आतिथ्य सेवा, अधिकारी शोधसेवा (एक्झिक्युटिव्ह सर्च) आणि मानवी संसाधन मार्गदर्शन (एचआर) आहेत. ज्यांनी मानवी हितसंबंधांचा विचार करून सेवाभावी संस्था स्थापन केल्या त्यांच्या कथांतर्गत तरुण कुमारी मातांची आणि त्यांच्या मुलांची काळजी, स्वमग्न मुले आणि त्यांचे पालक यांची काळजी आणि मार्गदर्शन, भटक्या जातीजमातींचे कल्याण आणि निरंतर विकास व पर्यावरणावर आधारित पर्यटन, ही क्षेत्रे दिसतात.

या पुस्तकात या कथांमध्ये महिला उद्योजकांना वारंवार येणाऱ्या अडचणीसंबंधीच्या अनुभवांचा विचार केला आहे. त्यांच्या यशाची कारणे शोधताना त्यांची व्यक्तिगत वैशिष्ट्ये पाहिली आहेत. त्याचबरोबर उपक्रम निर्माण करताना आणि राबवताना महिलांनी केलेल्या काही सारख्या चुकाही उजेडात आणल्या आहेत: उदाहरणार्थ अनेक कामे एकावेळी एकहाती करण्याची त्यांची वृत्ती आणि त्याचा येणारा ताण. काही उद्योजकांना हेही समजते की, ही कामं जाणकारांकडे सोपवणे हेच याचे उत्तर आहे पण काही कथांमध्ये दिसते त्याप्रमाणे व्यावसायिक नेमणे हीच एक मोठी समस्या आहे. कारण महिलांनी चालवलेले स्टार्टअप टाळण्याकडे त्यांचा कल असतो. या कथा या आणि अशा प्रकारच्या आव्हानांवर मात करण्यासाठी महिला उद्योजकांनी वापरलेले नावीन्यपूर्ण मार्ग दाखवतात.

या कथा व्यक्तिगत मुलाखतीतून गोळा केलेल्या सामग्रीवर आधारित आहेत. सर्व सामान्य वाचकांना गुंतवून ठेवण्यासाठी या पुस्तकाचे स्वरूप 'कथांचे' आहे, 'अभ्यासावर आधारित नमुन्यांचे (केसस्टडी)' नाही. त्यांचे प्रकल्प प्रचंड वाढले आणि परिणाकारक ठरले, या त्यांच्या आश्चर्यकारक यशामुळे या कथा निवडल्या गेल्या नाहीत तर त्यांनी सामाजिक व सांस्कृतिक आव्हाने आणि पूर्वग्रह यांच्यावर मात करताना अभिनव वाट चोखाळली म्हणून त्यांची निवड केली आहे.

1

शैलजा दत्त

प्रतिभेचा शोध

परस्परांच्या आधाराने आणि एका चांगल्या विश्वासावर आधारित मजबूत नातेसंबंध निर्माण करणे, हे शैलजाच्या व्यावसायिक कार्यपद्धतीचे प्रमुख वैशिष्ट्य आहे. जर तुम्ही एखाद्या माणसाला एखादे चांगले कृत्य करून मदत केली तर तुमचं ते सत्कृत्य काहीशा आश्चर्यकारक आणि गूढ पद्धतीने तुमच्याकडेच शेवटी परत येतं आणि त्याचा

काहीतरी चांगला परिणाम होतो अशी तिची अगदी बालीश श्रद्धा होती. तिने लोकांना त्यांच्या महत्त्वाकांक्षेनुसार यश मिळावे यासाठी त्यांना मदत करण्याचे मार्ग शोधले आणि नाती जोपासण्यासाठी बऱ्यापैकी परिश्रम घेतले. शैलजाला नृत्य करणेही आवडते. जेव्हा ती साल्सा, टँगो आणि चा चा चा (परदेशी नृत्य प्रकार) शिकली, तेव्हा तिला नृत्य आणि व्यवसाय यातील हुबेहूब साम्य दिसले. तिनं विचार केला, 'दोन्हीमध्ये आवड आणि चपळाई असणं गरजेचं आहे.' आणि नंतर जेव्हा तिने स्वतःचा व्यवसाय सांभाळला तेव्हा ही गोष्ट तिच्या मनात कायम होती.

१९९८ मध्ये जेव्हा शैलजा स्टेलर सर्च नावाची कंपनी स्थापन करण्याचे ठरवत होती तेव्हा आपली कंपनी कशी असावी यासंबंधी तिच्या काही ठरावीक कल्पना होत्या. जिथून हा आंतरराष्ट्रीय अधिकारी शोधसेवा व्यवसाय चालणार ते स्टेलरचं कार्यालय संपर्काच्या आधुनिक व पायाभूत सुविधांनी परिपूर्ण असलं पाहिजे आणि तिने कॉर्पोरेट ग्राहकांपैकी सर्वांत वरिष्ठ अधिकाऱ्यांशी संवाद साधू शकणारे व्यवस्थापनातले हुशार पदवीधार नेमले पाहिजेत, अशा त्या कल्पना होत्या. पण यात काही अडथळे होते. पहिली गोष्ट म्हणजे तिच्याकडे पैसे नव्हते. शिवाय एखाद्या तरुण, हुशार, व्यवस्थापनशास्त्रात पदवी घेतलेल्या उमेदवाराला त्यावेळी एखादी प्रस्थापित कंपनी भरपूर पगाराची सुरक्षित नोकरी देऊ करत असेल तर त्याने तिच्या स्टार्टअप कंपनीमध्ये नोकरी करणे केवळ असंभवनीय होते. ऑफिससाठी जागा मिळणे पण कठीणच होते. ऑफिससाठी लागणारी साधनसामग्री महाग होती आणि अव्वल दर्जाचे ग्राहक त्यांच्या प्रमुख पदाधिकाऱ्यांच्या नियुक्तीसाठी तिच्यासारख्या एका नवीन शोधसंस्थेवर विसंबण्यास कचरत होते. एकंदरीत, तिच्या स्वप्नातली कंपनी चालू करणे सहजसोपे दिसत नव्हते.

आज, २०१६ मध्ये स्टेलर सर्चने खूप मोठा पल्ला गाठला आहे. ती अधिकारी शोधसेवा पुरवणारी एक प्रमुख कंपनी म्हणून ओळखली जाते, भारतात आणि भारताबाहेरच्या बहुराष्ट्रीय कंपन्यांमध्येही. भिन्नभिन्न उद्योगधंद्यांतल्या, भिन्न कार्यक्षेत्रातल्या, भिन्न भौगोलिक प्रदेशातल्या हजारो वरिष्ठ व्यवस्थापकांना तिने योग्य नोकरी देण्याची व्यवस्था केली आहे. स्टेलरचा भारतामध्ये तसेच दुबई, सिंगापूर, मलेशिया, फिलीपाईन्स, थायलंड, दक्षिण आफ्रिका व चीनमध्ये व्यवसाय आहे. नाईके, आदिदास, शेल, मारुती, बॉश ॲण्ड लॉम्ब, जॉन्सन एन्ड जॉन्सन, जिलेट, त्याचप्रमाणे टाटा, एस्सार, बिर्ला, महिन्द्रा आणि आय.टी.सी. समूहाशी संबंधित सर्व कंपन्या – ही स्टेलरच्या ग्राहकांमधली काही अग्रगण्य नावे आहेत. स्टेलरकडे येणारा ६० टक्क्यांहून जास्त व्यवसाय त्यांच्या आधीच्याच ग्राहकांकडून येतो – ते त्यांच्या कामगिरीचं प्रशंसापत्रच आहे. आज स्टेलरमध्ये ४० पेक्षा जास्त लोक काम करत आहेत आणि त्यांचा वार्षिक महसूल जवळपास १० कोटींचा आहे. शैलजाने दोन वर्षांनी

हा महसुलाचा आकडा नफ्याच्या आकड्यात बदलायचे ठरवले आहे. जेव्हा हे घडेल तेव्हा बाजारात स्टेलरचे मूल्य असेल २०० कोटी रुपये.

जडणघडणीचा काळ

शैलजा मारवाडी कुटुंबातून आली आहे. स्वातंत्र्यपूर्व काळात तिचे कुटुंब राजस्थानातून कोलकत्याला आले. (तिच्या व्यावसायिक दृष्टीला तिच्या आनुवंशिक गुणांची जोड मिळाली आहे, ही मारवाडी पार्श्वभूमी नंतर कारकिर्दीतील तिच्या निर्णयातून स्पष्ट दिसून येते.) तिचे बालपण तिच्या आजी-आजोबांकडे गेले. कलकत्ता स्टॉक एक्स्चेंजच्या भरभराटीच्या काळात तिचे आजोबा त्याचे अध्यक्ष होते. पण ते एक स्वातंत्र्यसैनिक, राष्ट्रवादी आणि एक गांधीवादीसुद्धा होते. सहजपणे सूटबूट टाकून खादीचा कुर्ता घालणाऱ्यांपैकी ते एक होते. तिची आजी कलकत्याच्या वैशिष्ट्यपूर्ण, प्रतिष्ठित 'भद्रलोका' तली (उच्च मध्यमवर्ग) होती. या वातावरणात शैलजाचं बालपण फारच आनंदी आणि प्रेरणादायी गेलं. परंतु, १९७१ मध्ये, शैलजाच्या आईवडिलांनी कलकत्त्याहून दिल्लीला जायचे ठरवले. हे दिल्लीला जाणे कुटुंबासाठी काही फार आनंददायी ठरले नाही. घरगुती भांडणांमुळे लवकरच तिचे आईवडील वेगळे झाले. तिची आई तिच्यपेक्षा फक्त सतरा वर्षांनी मोठी होती आणि ती 'बारा बजार'मधून शिकलेली एक साधीसुधी व्यक्ती होती. पुढे तिनेच शैलजाला वाढवले.

आईवडिलांच्या वेगळे होण्याने शैलजाचे आयुष्य खूपच बदलले. आधी आर्थिकदृष्ट्या संपन्न असणाऱ्या या कुटुंबावर अचानक आर्थिक संकट कोसळले. घरगुती खर्चासाठी आणि स्वतःच्या दोन मुलांना आणि शैलजाला वाढवण्यासाठी तिच्या आईवर दागिने विकण्याची वेळ आली. अगदी काटकसरीने जगावे लागले. शैलजाला आता आठवतं, ती बसने कॉलेजला जाताना नेहमी कशी तिकीट न काढता जात असे आणि कधीकधी बस बदलत बदलत तिकीट तपासनिसाला हुलकावण्या देत असे. तेव्हा कँटीनमध्ये खर्च करायला पैसे नसायचे मग ती वारंवार रेस्टॉरंट्समध्ये जाणाऱ्या दोस्तांचा सहवास टाळत असे. अशा प्रकारचे आयुष्य जगत असताना तिची काही स्वभाववैशिष्ट्ये तयार झाली. जी नंतर तिच्या उपयोगास आली ती स्वतंत्र, साहसी आणि व्यवहारचतुर बनली.

लहानपणापासून शैलजाला डॉक्टर व्हायचे होते. पण जेव्हा तिला दिल्लीतल्या वैद्यकीय महाविद्यालयात प्रवेश मिळाला नाही तेव्हा तिची घोर निराशा झाली. तरीपण तिला दिल्ली विद्यापीठाच्या लेडी श्रीराम कन्या महाविद्यालयात प्रवेश मिळाला कारण शाळा सोडताना तिला भरपूर गुण मिळाले होते आणि या कॉलेजमध्ये तिने अर्थशास्त्र विषय निवडला.

पण अर्थशास्त्राचा अभ्यास करताना शैलजाला काही मजा वाटली नाही. एखाद्याने डॉक्टर होण्याचे स्वप्न बघितले असेल तर निश्चितच त्याच्यासाठी अर्थशास्त्र हा काही योग्य पर्याय नव्हे. अभ्यासाकडे बघण्याच्या तिच्या उदासीन वृत्तीमुळे कॉलेजमध्ये तिला चमत्कारिक समजत. जेव्हा विद्यार्थी वर्गात पुढच्या रांगेत जागा मिळण्यासाठी धडपडायचे तेव्हा ती आनंदाने शेवटच्या रांगेत बसायची आणि शांतपणे कादंबऱ्या वाचायची. जेव्हा इतर विद्यार्थी पुस्तकं वाचण्यात आणि व्याख्यानांमध्ये बुडून गेले होते आणि त्यांच्या डोक्यात कॅट (कॉमन ॲडमिशन टेस्ट) आणि आय.आय.एम. (इंडियन इन्स्टिट्यूट ऑफ मॅनेजमेंट) चे विचार घोळत होते. तेव्हा शैलजा तिचा वेळ कॉलेजच्या बागेत कादंबऱ्या वाचण्यात घालवत होती. परीक्षा अगदी जवळ आल्यावर तिने अभ्यासात थोडाफार रस घेतला. शैलजा परीक्षेत अत्यंत उत्तम रीतीने पहिल्या वर्गात उत्तीर्ण झाली, हे तिच्या स्वतःसकट इतरांसाठीसुद्धा नवलच होते. खरंतर शाळा, कॉलेजमध्ये तिच्या संपूर्ण विद्यार्थीदशेत अंतिम परीक्षांमध्ये ती वर्गात पहिल्या आलेल्या काही विद्यार्थ्यांपैकी एक होती.

पदवी मिळवल्यानंतर तिने स्वतः जमवलेल्या थोडक्या पैशांनी यूकेला जाण्यासाठी एक स्वस्तातले तिकीट काढले. लंडनमध्ये शिकणाऱ्या तिच्या बालमित्राविषयी तिला वाटणाऱ्या प्रेमाची चाचपणी करणे, हा या प्रवासाचा मुख्य उद्देश होता. जेव्हा ती लंडनला पोहोचली तेव्हा प्रेमातली ती जादू विरून गेल्याचे तिच्या लक्षात आले. तरीपण ती तिथे एक वर्षभर राहिली, इंग्लंडमध्ये प्रवास केला, फुटकळ नोकऱ्या केल्या आणि एकंदरच आयुष्याचा अनुभव घेतला. इकडे भारतात मात्र, या सगळ्याबद्दल कौटुंबिक वर्तुळात बराच गदारोळ माजला. आणि अशा वागण्यामुळे तिला अनुरूप जोडीदार मिळू शकतो का याविषयी गंभीर शंका उपस्थित केल्या गेल्या. पण शैलजाने पक्के ठरवले होते आणि जे तिच्यासाठी योग्य होते, तेच तिने केले होते.

१९९२ मध्ये शैलजा भारतात परत आली. तिला कळून चुकले की तिला तिची कारकीर्द घडवण्याची गरज आहे. तिने अनुभव मिळविण्यासाठी काहीतरी काम करावयाचे ठरवले आणि स्ट्रॅटेजिक मॅनेजमेंट ग्रूप व मॅकन्सी नॉलेज सेंटरमध्ये सल्लागार म्हणून काम केले. सल्लागार म्हणून काम करत असताना शैलजाने नवी दिल्लीतील आंतरराष्ट्रीय व्यवस्थापन संस्थेतील (आय.एम.आय.) व्यवस्थापनशास्त्राच्या अर्धवेळ पदव्युत्तर पदविका अभ्यासक्रमासाठी प्रवेश घेतला. ज्या अधिकाऱ्यांना स्वतःची नोकरी न सोडता व्यवस्थापनाचे शिक्षण घेण्याची आणि पात्रता मिळवण्याची इच्छा आहे अशांसाठी हा अभ्यासक्रम खासकरून तयार करण्यात आला होता. हा अभ्यासक्रम अत्यंत दमवून सोडणारा होता. जवळजवळ तीन वर्षं त्यांनी दिवसा कामं आणि रात्री अभ्यास केला. यासाठी परिश्रमाची आणि झोकून देण्याची गरज असते. आय.एम.आय.मध्ये ती काय शिकली याबाबत शैलजा म्हणते, 'मित्रांबरोबरच्या

संवादातून जास्त शिकायला मिळाले. तिथे भारतातल्या वेगवेगळ्या भागातून आलेले, भिन्न पार्श्वभूमी असलेले लोक होते. प्रत्येकाचे अनुभव आणि महत्त्वाकांक्षा वेगळ्या होत्या.' आय.एम.आय.मध्ये तिला अभ्यास मनापासून आवडू लागला.

आय.एम.आय.मध्ये ज्ञानाखेरीज तिने एक नवरासुद्धा पटकावला. शैलजाने तिचा वर्गमित्र सुनीर दत्तशी या अभ्यासक्रमाचे तिसरे वर्ष चालू असतानाच लग्न केले. ती वर्गामध्ये सतत अव्वल असणारी होती आणि त्याचा क्रमांक मात्र शेवटी कुठेतरी असायचा. तिने सुनीरला अभ्यासात बऱ्यापैकी मदत केली. खरं तर दोघांचेही घरी दिलेले काम तीच पूर्ण करत होती. (आयुष्यात नंतरच्या काळात मात्र तिच्या उद्योगक्षमतेवरील सुनीरची अढळ श्रद्धा तिच्या व्यावसायिक उपक्रमांसाठी फार मोठा भावनिक आणि नैतिक आधार ठरणार होती.)

व्यवसायाचा प्रारंभ

१९९३ मध्ये आय.एम.आय. मधील अभ्यासक्रम पूर्ण केल्यानंतर शैलजाने ॲमरॉप नावाच्या जगप्रसिद्ध अधिकारी शोधसेवा कंपनीशी संपर्क साधला. ही कंपनी अधिकारी शोधसेवेत अग्रगण्य होती. आणि भारताच्या मुक्त अर्थव्यवस्थेचा फायदा घेऊन भारतात व्यवसाय सुरू करू पाहात होती. जेव्हा तिने ॲमरॉपच्या व्यवस्थापनाशी संपर्क साधला तेव्हा एक गमतशीर गोष्ट घडली. त्यांनी तिच्यासाठी एक नोकरी शोधण्याऐवजी तिला ॲमरॉपमध्येच एक पद देऊ केले. तिने ताबडतोब ते स्वीकारले, कारण तिला असं वाटलं की आपल्याकडे विशेष कौशल्याचा शोध घेणारी उपजत बुद्धी आहे आणि आपला स्वभाव या क्षेत्रासाठी अगदी योग्य आहे. शैलजाने ॲमरॉपमध्ये तीन-साडेतीन वर्षे अतिशय आनंदाने काम केले. तिथे ती खूप शिकली आणि कंपनीत भराभर वरच्या पदांवर गेली. तिने एक कर्मचारी म्हणून कामाला सुरुवात केली आणि बघता बघता ती त्यांची सल्लागार – भागीदार बनली. असे असले तरी काही काळ गेल्यावर ती अस्वस्थ झाली आणि तिला एका बदलाची गरज भासली म्हणून तिने भावी योजनांबाबत विचार करण्यासाठी काही महिन्यांची रजा घेतली. अधिकारी शोधसेवा व्यवसाय आतून अनुभवल्यामुळे तिला वाटले की एक मोठी बाजारव्यवस्था भारतात येऊ पाहाते आहे आणि शोधसेवा कंपन्यांकडून त्यासाठी जास्त चांगली सेवा पुरवली जाऊ शकते. फक्त या कंपन्या कडक नियमांचा काच असलेल्या आणि ॲमरॉपप्रमाणे बड्या नकोत.

१९९७ मध्ये शैलजाला पहिलं मूल झालं. तेव्हा तिला स्वतःच्या वेळेवर ताबा हवा होता. म्हणजे ती बाळासोबत घरी जास्त वेळ घालवू शकली असती. ॲमरॉपबरोबर काम करताना हे अवघड गेले असते. यावेळी सुनीरने तिला स्वतःचा व्यवसाय सुरू

करण्यासाठी प्रोत्साहन दिले. कारण त्याला माहीत होते की शैलजासारख्या व्यक्तीला घरी बसण्याऐवजी बाहेर काम करणे आवडेल. शैलजाने १९९८ साली ॲमरॉप सोडली. आणि स्वतःची अधिकारी शोधसेवा कंपनी सुरू केली: स्टेलर सर्च. तोपर्यंत आय.एम.आय.मध्ये शिकलेल्या संस्थात्मक वर्तनाच्या संकल्पना आणि आधुनिक माहिती आणि संपर्काचे नवे तंत्रज्ञान वापरून अधिकारी शोधसेवा अधिक कुशलतेने कशी चालवायची, याबाबतच्या शैलजाच्या कल्पना आकारास आल्या होत्या.

शैलजाने स्वतःचा व्यवसाय चालू करण्याचे का ठरविले? ती सांगते, 'मला अधिकारी शोधसेवा व्यवसाय वेगळ्या पद्धतीने करायचा होता आणि ती माझी स्वतःची निर्मिती असायला हवी होती. आमच्यासाठी शोधसेवा म्हणजे एखाद्या योग्य व्यक्तीला त्याची योग्य नोकरी मिळवून देण्यापेक्षा आणखी बरेच काही होते, ती संस्थेत सकारात्मक बदल घडवण्याची एक संधी असणार होती आणि चिरकाल टिकणारे संबंध घडवणं होतं. आम्ही आमच्या ग्राहकांच्या उद्योगधंद्यामध्ये मनापासून गुंतून जाणारे भागीदार होतो.' १९९० च्या मध्यात, जेव्हा अधिकारी शोधसेवा उद्योग फुलत होता तेव्हा भारतात वरिष्ठ अधिकाऱ्यांच्या नेमणुकीसंदर्भात एक आमूलाग्र बदल घडून आला. आधीच अकार्यक्षम समजल्या गेलेल्या, रुळलेल्या डेटाबेस/आणि जाहिरातींच्या पद्धतीपेक्षा वेगळ्या काही उत्स्फूर्त पद्धती आल्या. दिलेल्या जाहिरातीला प्रतिसाद म्हणून लोकांनी (साधारणतः दुय्यम दर्जाच्या) अर्ज करण्याची वाट बघण्याऐवजी किंवा डेटाबेसमधून नावे शोधण्याऐवजी (जी पुन्हा दुय्यम दर्जाचीच असतात) अधिकारी शोधसेवा संस्थेने योग्य कामासाठी योग्य माणसाचा स्वतःहून जाऊन शोध घ्यावा, हे अव्वल दर्जाच्या ग्राहकांना हवे होते. शिवाय त्याशिवाय 'नियमित ग्राहक' अशा अधिकारी शोधसेवा संस्थांच्या शोधात होते ज्या त्यांच्या वरिष्ठ व्यवस्थापनाच्या सोबतीने काम करतील आणि कार्यात्मक पातळीवर योगदान देण्याखेरीज धोरणात्मक पातळीवरही हातभार लावातील. शैलजाला स्टेलरसाठी हवी असणारी हीच ती मोक्याची जागा होती. स्टेलर हा एक आटोपशीर शोधसेवा उद्योग असावा, असेही तिला वाटत होते आणि फक्त ज्येष्ठ आणि उच्चपदस्थ अधिकाऱ्यांचा शोध त्यातून घेतला जावा, असेही तिला वाटत होते. कनिष्ठ श्रेणीचे व्यवस्थापक किंवा शिकाऊ व्यवस्थापकीय उमेदवार यांच्या शोधकार्यात गुंतून तिला आपल्या ब्रँडमध्ये सरमिसळ करायची नव्हती. तो एक वेगळाच मामला आहे ज्यासाठी वेगळी कौशल्ये लागतात, असे तिला वाटत होते.

'अधिकाऱ्यांच्या शोधमोहिमेतून व्यवसायाच्या विशिष्ट गरजेनुसार तरबेज व्यावसायिक ओळखून व्यवस्थापनासाठी उत्तम तेच द्यावे' हे शैलजाचे स्टेलरसाठीचे ध्येय होते. ते स्टेलरचे सर्वसमावेशक ब्रीदवाक्य होते आणि त्यातूनच स्टेलरची संस्कृती, धोरण, शैली आणि कामाकडे बघण्याचा दृष्टिकोन या गोष्टी उदयास आल्या होत्या. शैलजा म्हणते,

'आम्ही आमच्या ग्राहकांच्या संस्थात्मक गरजा स्पष्टपणे जाणून घेतो आणि प्रत्येक शोधासाठी योजनेचा आराखडा आखतो. आम्ही मान्य करून घेतलेल्या खर्चानुसार व वेळेच्या चौकटीत काम करतो. आम्ही ग्राहकांना कार्यपद्धतीची एक यथार्थता दाखवतो म्हणजे त्या अपेक्षांनुसार ते तयार राहतात. आम्ही कधीही सहजसोप्या, जवळच्या मार्गाचा आधार घेत नाही.' पहिल्या मुलाखतीसाठी आणि त्यापाठोपाठ आर्थिक बोलणी करण्यामध्ये स्टेलर साहाय्य करते. तसेच कंपनीत उमेदवार रुळावा म्हणूनही मदत करते. प्रत्येक करारामागे हा आधार असतो आणि गरज पडल्यास प्रत्येक शोधासोबत विशिष्ट कालमर्यादेत बदली उमेदवार देण्याची हमीही असते. ग्राहक आणि उमेदवारांना जास्तीत जास्त दक्षता आणि गुप्ततेची हमी दिली जाते.

आव्हानांना तोंड देणे

स्टेलर सर्च प्रस्थापित करणे आणि चालवणे यात अनेक आव्हाने होती. महिला उद्योजकांसमोर एक समस्या तर नेहमीच असते. ती म्हणजे, लोकांना असे वाटते की, महिला त्यांच्या स्टार्टअपशी पूर्णार्थाने वचनबद्ध नसतात आणि त्या कुटुंबाला आणि घराला वेळ देण्यासाठी लवकरच त्या सोडून जातील, असेही लोकांचे मत असते. जर भांडवलदार, पुरवठादार, ग्राहक आणि इतर संबंधित व्यावसायिक, त्याचप्रमाणे भावी कर्मचारी असाच विचार करणार असतील तर गोष्टी अतिशय अवघड होऊ शकतात. शैलजाने अशा प्रकारच्या काही प्रमुख आव्हानांना कसे तोंड दिले, हे पुढील चर्चेत आले आहे.

शैलजाच्या पुढे सगळ्यात पहिलं आव्हान होतं ते म्हणजे एक टीम तयार करणं. तिला तिच्या टीमसाठी व्यवस्थापनात प्रावीण्य मिळवलेले हुशार लोक (एम.बी.ए.) हवे होते पण असे लोक मात्र या नवोदित स्टार्टअपबरोबर काम करण्यास नाखूश होते. मग तिने एक अभिनव योजना आखली. तिने बिझनेस स्कूल्समध्ये शिकवण्यास सुरुवात केली. विद्यार्थ्यांना अशा प्रकारच्या अधिकारी शोधव्यवसायाचे शिक्षण देण्यासाठी तिने या संधीचा वापर केला. तसेच यासारख्या व्यवसायासाठी त्यांना तयार करण्याचा पण केला. 'मला तसेही खूप हुशार एम.बी.ए. हवे होते आणि ते मिळवण्याचा हा एक उत्तम मार्ग दिसला.' स्टेलरकडे आता शैलजाने स्वतः निवडलेल्या आणि तिच्या तालमीत तयार झालेल्या सुशिक्षित आणि प्रशिक्षित व्यावसायिकांची टीम आहे. त्यात विविध स्तंभीय विभागांसाठीचे (व्हर्टिकल्स) विशेष सल्लागार आहेत, तसेच या विभागातील एकमेकांच्या कामात मदत करणारे सल्लागार आहेत आणि अंतर्गत कार्यालयात काम करणारे कर्मचारी आहेत. शैलजा स्वतः व्यवस्थापन आणि उच्चस्तरीय नियुक्त्यांच्या उपक्रमांचे नेतृत्व करते. ती संस्थांना नियुक्तीविषयक धोरणे

आणि संस्थात्मक पुनर्रचना या विषयांवर मार्गदर्शन करते. या अनुषंगाने एक गोष्ट सांगावीशी वाटते की, अनेक मध्यम आकाराच्या कंपन्या त्यांच्या त्यांच्या मानवी संसाधन (एच.आर.) सेवा विभागात, कंपनीशी ढिलेपणानेच बांधलेले अर्धवेळ व्यावसायिक नेमतात, अशा वेळेस स्टेलर मात्र केवळ स्टेलरशीच एकनिष्ठ राहणारे पूर्ण वेळ व्यावसायिक नेमते.

२००२ साली पोटातल्या जुळ्या मुलांपैकी एकाचा गर्भपात करावा लागल्यामुळे शैलजाचे दुसरे बाळंतपण कठीण गेले. ती अंथरुणाला खिळली होती आणि खूप दुःखात होती. तिने व्यवसाय सोडून देण्याचा विचार केला पण सुनीरने तो चालू ठेवण्याचा आग्रह धरला. तिने हळूहळू पुन्हा काम सुरू करण्याचे कबूल केले. तिच्या लांबलेल्या अनुपस्थितीमुळे स्टेलर धंद्यात मागे पडायला लागले आणि त्यामुळे संस्थेच्या विकासासाठी तिला वेळ द्यावा लागणार होता, हे उघड होते. शैलजाने तिच्या कर्मचाऱ्यांना समाजकार्यात सहभागी होण्यास प्रोत्साहन दिले. त्यामुळे त्यांची प्रेरणा, बांधीलकी आणि मनोबल उंचावण्यास मदत झाली. स्टेलरच्या उद्योगविश्वातील सामाजिक बांधीलकी जपण्याच्या प्रयत्नांची सुरुवात संस्थेमधील वंचित पार्श्वभूमी असलेल्या काही कर्मचाऱ्यांच्या शिक्षणाने आणि व्यावसायिक प्रशिक्षणाने झाली. त्यात स्टेलरचे कामगार आणि स्टेलरमधील कर्मचाऱ्यांच्या घरगुती नोकरांसाठी संगणक साक्षरता आणि इंग्रजी भाषेच्या क्षमता वाढवण्यासाठीच्या शिकवण्यांचाही समावेश होता. आणि याच प्रयत्नांचा एक भाग म्हणून मोठ्या पातळीवर, नैसर्गिक आपत्तींना त्वरित प्रतिसाद देण्यात आले—त्सुनामीग्रस्तांना मदत करण्यासाठी रेडक्रॉसने दिलेल्या हाकेला ओ देणारी स्टेलर ही पहिल्या काही संस्थांपैकी एक संस्था होती. हे परोपकारी उपक्रम संस्थात्मक आणि औपचारिक व्हावेत यासाठी 'स्टेलर फाउंडेशन' तयार केले गेले. त्यायोगे वंचित गटातील मुलांना प्राथमिक शिक्षण दिले गेले. याचबरोबर, एखाद्याचे मन वळवण्याच्या शैलजाच्या शक्तीचा या संस्थेने पुरेपूर वापर केला आणि गरजूंसाठी पांघरूणे आणि पाणी शुद्धीकरणाची यंत्रे घेण्यासाठी ग्राहकांकडून भरपूर योगदान मिळवले. तसेच त्यांना कोणत्याही गंभीर आजारावर उपचार करण्याची जबाबदारी उचलण्यासही तयार केले. स्टेलरच्या कर्मचाऱ्यांनी या प्रकारच्या उपक्रमांसाठी वेळ दिल्यामुळे कंपनीची उद्योगविश्वात एक नवी ओळख होण्यास मदत झाली. आणि इतरांचे भले करत राहण्याच्या स्टेलरच्या आदर्श तत्त्वाने भारलेली कार्यकर्त्यांची संघटना (टीम) तयार झाली.

शैलजा कबूल करते की, सुरुवातीची काही वर्षे तिच्या मनात विपणनशास्त्राबाबत (मार्केटींग) अगदीच भाबड्या कल्पना होत्या. तिने असे गृहीत धरले की तिने शोधसेवा सुरू केली आहे अशी बातमी एकदा पसरवली की तिच्या आधीच्या कामाच्या प्रसिद्धीमुळे ग्राहक आपसूकच तिच्याकडे येतील. पण असे घडले नाही. ती ॲमरॉपमध्ये असताना जे लोक तिच्याबरोबर व्यवहार करण्यास उत्सुक होते तेच लोक तिने स्वतःची शोधसेवा सुरू

केल्यावर तिच्याशी संपर्क साधण्याआधी विचार करायला लागले. नंतर तिने स्वत:ची एक विक्री मोहीम विकसित केली आणि अमलात आणली. तिने ज्यांची वरिष्ठ पदावर नेमणूक करून दिली होती आणि ज्यांना तिचे हे कसब लक्षात आहे, अशा व्यवस्थापकांना ती स्वतः भेटली. हळूहळू ते तिच्याकडे शोधसेवेसाठी चौकशी करायला येऊ लागले आणि नंतर एका कंपनीतून दुसऱ्या कंपनीत गेले तरी ते स्टेलरबरोबर राहिले. दीर्घकालीन मजबूत नातेसंबंध तयार करण्यावर शैलजाने नेहमीच विश्वास ठेवला. आणि व्यक्तिगत पातळीवरच्या तिच्या विक्री मोहिमेने तो विश्वास सार्थ ठरवला. एकदा, तिने ज्या उमेदवाराला एका गुंतवणूक (इन्वेस्ट्मेंट) बँकेत नोकरी मिळवून दिली होती त्याची नोकरी गेली कारण आर्थिक मंदीच्या काळात बँकेने गाशा गुंडाळला. त्याने तिच्या कार्यालयात बसून काम करावे असे शैलजाने सांगितले – आणि त्याचा आत्मविश्वास परत मिळवून दिला. तो जेव्हा तिच्या कार्यालयात होता तेव्हा नकळतपणे त्याने एका अशा माणसाची ओळख करून दिली जो नंतरच्या काळात स्टेलरच्या महत्त्वाच्या व्यावसायिक संपर्कांपैकी एक बनला.

आधुनिक अधिकारी शोधसेवा कंपनीच्या सेवा पारंपरिक पद्धतीने नोकरी देण्याचे काम करणाऱ्या कार्यालयाच्या (एजन्सीच्या) सेवेपेक्षा अर्थातच महाग असतात. पहिली कंपनी ५ महिन्यांचा पगार शुल्क म्हणून आकारेल तर दुसरी मात्र एकच महिन्याचा पगार शुल्क म्हणून घेईल. भारतीय ग्राहकाला नोकरी देणाऱ्या या पारंपरिक कंपन्यांच्या दराची सवय झालेली असल्यामुळे अधिकारी शोधसेवा कंपनीचे मूल्यांकन बदलणे शैलजाला खूप अवघड गेले. सुदैवाने डॉट. कॉम (वेबसाइट) धंद्याची भरभराट आणि मुक्त अर्थव्यवस्थेमुळे खूप मोठ्या परदेशी कंपन्या भारतात येऊ लागल्या. या कंपन्यांना नवीन अधिकारी शोधसेवेचे लाभ आणि मूल्य या दोहोंची पूर्ण जाणीव होती. त्यांनी स्टेलरने देऊ केलेल्या किमतीला मान्यता दिली आणि त्यांची शुल्करचना (फीस्ट्रक्चर) स्वीकारली.

इतर स्पर्धकांपासून स्टेलरला वेगळं करण्यासाठी शैलजाने आधुनिक माहिती आणि संपर्क तंत्रज्ञानाच्या वापरावर भर दिला. स्टेलरच्या ज्ञानव्यवस्थापनाच्या प्रणाली नियमितपणे डेटा अद्ययावत करत असतात. आणि माहितीवर प्रक्रिया करत असतात. शैलजा म्हणते, 'अधिकारी शोधासाठीच्या ज्ञानव्यवस्थपनामध्ये आम्ही अग्रेसर असल्यामुळे आम्ही आमच्या मालकीचे सॉफ्टवेअर आणि प्रोग्रॅम्स वापरतो. आम्ही सर्व प्रकारच्या माध्यमातून संपर्क साधतो. आमच्याकडे एक तपशीलवार वेबसाइट आहे आणि आम्ही व्यावसायिक आणि सोशल (सामाजिक) नेटवर्कवरही आहोत. आम्ही व्हॉइसओव्हर इंटरनेट वापरतो. आम्ही स्काईप, पोस्ट, टेक्स्ट, ब्लॉग आणि ट्वीटही करतो.'

तंत्रज्ञानाच्या वापरामुळे स्टेलरला बाहेरच्या देशातील ग्राहकांना अधिकारी शोधसेवा पुरवणे शक्य झाले आहे. उदाहरणार्थ, स्टेलर स्थानिक चिनी उमेदवारांचा अंतर्भाव करून

चिनी कंपन्यांना व्यवस्थापक शोधायला आणि नेमायला मदत करते आणि स्थानिक दक्षिण आफ्रिकेतल्या उमेदवारांचा समावेश करून दक्षिण आफ्रिकेतल्या कंपन्यांना व्यवस्थापक शोधायला आणि नेमायला मदत करते. अत्यंत उच्च तंत्रज्ञानातल्या सुविधा वापरणाऱ्या त्यांच्या नवी दिल्लीतील अंतर्गत कार्यालयाचा वापर करून स्टेलर परदेशात प्रत्यक्ष हजर असल्यासारखे काम करते.

महिला उद्योजकांना एका बारमाही संकटाला सामोरे जावे लागते. ते म्हणजे भांडवल. शैलजाने व्यवसाय सुरू केला तेव्हा तिच्याकडे मर्यादित निधी जमा होता. ऑफिसच्या जागेसाठी तिला तिच्या नवऱ्याकडून रु.५०,०००/– उसने घ्यावे लागले. तिला शेवटी तिने दरमहा रु. ५,०००/– भाडे असलेली एक जागा इमारतीच्या तळघरात भाड्याने घेतली आणि तिथून काम सुरू केले. तिला संगणक आणि इतर लेखन साहित्य तर हप्त्याने विकत घ्यावे लागले. तिने स्वतःसाठी एक सचिव ठेवण्याची चैन करण्याचे ठरवले कारण तिला असे वाटले की ग्राहकांचे फोन जर सचिवाने घेतले तर त्याची जास्त छाप पडेल. पहिल्या वर्षात स्टेलरने १२ लाख रुपयांचे उत्पन्न कमावणे अपेक्षित असताना त्यापेक्षा कितीतरी जास्त म्हणजे २४ लाखांचे उत्पन्न कमावले. त्या पुढील वर्षात त्यांना ६० लाख रु. मिळाले. तिने तिचे कर्ज फेडले आणि लवकरच स्टेलरकडे पुरेसा पैसा आला आणि त्यांनी एक स्वागतअधिकारी, एक सचिव आणि अंतर्गत कार्यालय पाहणारे दोन कर्मचारी नेमले. त्यानंतर मात्र स्टेलरने मागे वळून पाहिले नाही. स्टेलरच्या वाढीचे उल्लेखनीय वैशिष्ट्य हे आहे की स्टेलरला मिळालेले भांडवल पूर्णपणे अंतर्गत जमा उत्पन्नातून मिळालेले आहे. शैलजाने परत कधीही उसनवार केली नाही आणि मालकी हक्काचा काही भाग विकण्याचाही प्रयत्न केला नाही. तिने कंपनी चालवण्यासाठी आणि वाढवण्यासाठी जमाखर्चाची योजना आखली आणि त्यासाठी आवश्यक असणारा पैसा व्यवसायातूनच उभा केला.

व्यवसाय सुरू करण्यासाठी लागणारी परवानगी, परवाना, नोंदणी मिळवण्यासाठी नोकरशाहीतील अडथळे पार करणे ही भारतातल्या अनेक महिला उद्योजकांपुढील मोठी समस्या आहे. या भानगडींमुळे अनेक लोक व्यवसाय करण्याचा विचार चक्क सोडून देतात. वृत्तपत्र माध्यम, इलेक्ट्रॉनिक माध्यम आणि इंटरनेट यासह विविध माध्यमातून उद्योजकतेस प्रोत्साहन देताना शैलजाने कार्यक्षेत्र आणि पारदर्शक प्रशासनाचा पुरस्कार केला. पुढे जाऊन ती असं म्हणते, 'विद्यार्थ्यांमध्ये जोखीम पत्करून व्यवसाय करण्याची ऊर्मी विकसित करण्यासाठी आपल्या शाळा-कॉलेजांमध्ये फार काही केले जात नाही. ज्यांना आधाराची गरज आहे अशा अबला म्हणजेच स्त्रिया असे मानून सरकार प्रामुख्याने तशाच प्रकारच्या मोजक्या स्त्रीप्रश्नावर खूप जास्त लक्ष केंद्रित करते.'

व्यक्तिगत आयुष्य

शैलजाचे व्यक्तिमत्त्व अधिकारी शोधसेवेस अगदी अनुरूप असेच आहे. ती सहजपणे मैत्री करते आणि तिचा लोकांवर अगदी सहजपणे प्रभाव पडतो. शैलजाचा मदत करण्याचा स्वभाव, तिच्यातली कळकळ, तिचे आकर्षक व्यक्तिमत्त्व हे एखाद्या ग्राहकाचे, एखाद्या उमेदवाराचे, एखाद्या सेवा पुरवणाऱ्या व्यक्तीचे किंवा एखाद्या व्यावसायिक सहकाऱ्याचे मन लगेचच जिंकून घेते. मुलाखतीदरम्यान ती उमेदवाराला येणारा ताण कमी करून त्याला मोकळं व्हायला मदत करते. एखाद्या ग्राहकासमोर व्यावसायिक प्रस्ताव सादर करताना ती त्याची पूर्ण खात्री पटवून देते कारण त्यामागे असतो तिचा मूलभूत प्रामाणिकपणा. शैलजाच्या कामाच्या पद्धतीचे वर्णन करताना दोन मुख्य शब्द मनात येतात, ते म्हणजे 'उत्कट आणि अपारंपरिक'. ती तिच्या वागण्या-बोलण्यात, विचारांनी आधुनिक आहे पण भारतीय परंपरेशीसुद्धा घरोबा राखून आहे. म्हणूनच ती म्हणजे आधुनिकतेचं आणि परंपरांचं असं मिश्रण आहे ज्यामुळे ती दोन्ही प्रकारच्या माणसांमध्ये चांगली मिसळून जाऊ शकते. डॉमनिक मेलोनी, एक्स्पिडीया इनकॉर्पोरेशन (यू.के.) ची एच. आर. शैलजाविषयी म्हणते, 'तिचा दृष्टिकोन अगदी पाश्चिमात्य आहे आणि ती जे काही करते ते मोठ्या उत्कटतेने करते.' वेगवेगळ्या प्रकारच्या लोकांचा एकत्र मेळ घालण्याची तिची जी क्षमता आहे त्यामुळे तिच्यासाठी अनेक कवाडे खुली होतात. तिचा वैयक्तिक प्रामाणिकपणा, तिची न्यायी वृत्ती, इतरांचा आदर आणि विचार करण्याचा स्वभाव यावर आधारलेली तिची एक मजबूत आचारसंहिता आहे. ती वायफळ बडबड आणि ढोंगीपणाच्या पलीकडे पाहू शकते.

इकडे शैलजा स्टेलर सर्च निर्माण करत असताना तिचे पती सुनीर जनरल इलेक्ट्रिकमध्ये वरिष्ठ कार्यकारी अधिकारी झाले. ते चीनमध्ये ग्वंगज्यू इथे राहून काम करत होते. त्यांच्या कराराप्रमाणे ते प्रत्येक महिन्याला दिल्लीत येऊ शकत होते आणि शैलजा एक वर्षात सहा ते सात वेळा त्यांना भेटायला चीनला गेली. हे सगळं त्यांनी सुरळीत पार पाडले.

शैलजाला वाटते की या पद्धतीमुळे त्यांनी उत्तम वेळ एकत्र घालवला आणि त्याने त्यांचे लग्न आणखी समृद्ध झाले. त्यांची दोन्ही मुलं शैलजाजवळ राहिली आणि दिल्लीत शाळा शिकली. सुनीरचे पालकही शैलजासोबत राहिले आणि तिची स्वतःची आई जवळच राहात होती. आता सुनीर बदली होऊन चीनहून सिंगापूरला गेले आहेत आणि शैलजाने स्वतःचे घर दिल्लीहून सिंगापूरला हलवले. तरी पण स्टेलरचे मूळ कामकाज मात्र अजूनही दिल्लीतूनच चालू आहे.

उद्योजकतेवर जी काही पुस्तके आहेत त्यात कायम असं लिहिलेलं असतं की उद्योजकतेतील कारकीर्द चालू ठेवण्यात लग्न आणि मुलं अडचणीची ठरतात. तथापि,

शैलजाच्या बाबतीत या घटकांचा उलटा परिणाम झाला. तिने व्यवसाय सुरू करणे आणि त्यात स्थिरावणे यामध्ये तिच्या लग्नाचं उल्लेखनीय योगदान आहे. मुलांच्या जन्मामुळे तिच्यासाठी कुणाकडे तरी नोकरी करणे अवघड झाले कारण तिला स्वतःच्या मालकीचा वेळ हवा होता म्हणून स्वतःचाच व्यवसाय चालू करणे ही गोष्ट समस्या बनण्यापेक्षा समस्येवरचे उत्तरच ठरले.

शैलजा होतकरू उद्योजकांना एक गमतीदार सल्ला देते, 'व्यवसायाची एक स्पष्ट योजना आणि सुस्पष्ट ध्येय बाळगा. छोटी, साध्य करता येण्याजोगी, अल्पकालीन उद्दिष्टं ठरवून त्या अल्पकालीन योजना पार पाडताना दीर्घकालीन उद्दिष्ट मात्र कायम मनात ठेवा. संचालक मंडळांच्या बैठका, दंतवैद्याची नियोजित भेट, आजारी बाळ, पदोपदी टोमणे मारणाऱ्या सासूबाई, जोडीदाराच्या बॉसचे घरी जेवायला येणे इत्यादींचा प्राधान्यक्रम ठरवा. एका वेळी एकच गोष्ट हातावेगळी करा. प्रामाणिक राहा, अल्पकालीन फायद्यासाठी तडजोड करू नका. नातेसंबंध जोपासा, लोकांचा आदर करा आणि एक भावनिक ठेव निर्माण करा. नावीन्याचा शोध घेत राहा आणि बदलत राहा.'

शैलजाला वाटते की उद्योजकतेचा मार्गावर काही गुलाबाची फुलं पसरलेली नाहीत. पण तिला हे ही मान्य नाही की 'महान त्याग केल्याशिवाय महान यशही मिळत नाही'; तिच्या मते काही तडजोडी करणे आणि अंशतः का होईना परिस्थितीशी जुळवून घेणे आवश्यक असते, पण या गोष्टींना नक्कीच 'महान त्याग' म्हणता येत नाही.

स्टेलरचा केवळ आकार वाढवण्यात शैलजाला काहीही रस नाही. तिच्यामते तिची कंपनी ज्या प्रतीच्या सेवा पुरवते त्यावरूनच तिच्या यशाचे मोजमाप होते. म्हणूनच तिच्यासाठी यश म्हणजे उच्चस्तरीय नियुक्ती आणि उद्योगविश्वातील धोरणात्मक निर्णयप्रक्रियेवर प्रभाव टाकण्याची क्षमता. याशिवाय, स्टेलरच्या ग्राहकांकडून घेतलेल्या देणग्यांमधून आणि स्टेलरच्या उत्पन्नातून अनुदानित केलेली काही धर्मादाय कामेही आहेत. शैलजासाठी हेच समाजाकडून जे काही मिळवले त्याची काही अंशी परतफेड करणे आहे. आणि हे स्टेलरच्या यशाचे महत्त्वाचे मापदंड आहेत.

2

मेरी बरुआ

स्वमग्नताग्रस्तांसाठी कार्य

मेरी बरुआ या स्वमग्नताग्रस्तांसाठीच्या राष्ट्रीय केंद्राच्या अध्यक्ष आणि संस्थापक आहेत. स्वमग्नतेने ग्रस्त मुलांची काळजी घेण्याबाबत ही संस्था अग्रेसर आहे आणि या क्षेत्रात या संस्थेमुळे भारतही अग्रगण्य ठरला आहे. ही संस्था अडचणीत असलेल्या पालकांना मदत करते आणि त्यांच्या तणावपूर्ण परिस्थितीबाबत लोकांमध्ये जाणीव निर्माण करते.

१९८० च्या पूर्वार्धात मेरी एक वृत्तपत्रकार म्हणून काम करत होत्या आणि कोलकत्याच्या उद्योगविश्वातल्या एक विपणन कार्यकारी अधिकारी (मार्केटिंग एक्झिक्यूटीव्ह) होत्या. त्याच दरम्यान त्यांच्या तान्ह्या बाळाने असाधारण वर्तन दाखवायला सुरुवात केली. ह्या आजाराचे नंतर निदान केले गेले, ते म्हणजे स्वमग्नता. त्याकाळी भारतात स्वमग्नतेविषयी फारच थोडी जागरूकता होती आणि या माहितीच्या अभावामुळे स्वमग्न मुलांच्या पालकांनी फार क्लेश सहन केले.

स्वमग्नता हा मेंदूचा एक आजार आहे. मूल बाल्यावस्थेतून बाहेर पडून मोठे होऊ लागले की तो लक्षात येतो. मुलाच्या असाधारण वागण्यातून तो दिसतो. विशेषतः समाजात वावरताना आणि बोलताना तो दिसून येतो. मेंदूचे माहितीवर प्रक्रिया करण्याचे कामच बिघडते आणि लोक (स्वमग्नताग्रस्त) जे पाहतात, ऐकतात, आणि त्यांना जे जाणवते, त्याचे त्यांना योग्य प्रकारे आकलन होत नाही. जैवरासायनिक घटक, आनुवंशिकता, त्याचप्रमाणे मेंदूत होणारे रचनात्मक बदल असे अनेक घटक एकत्रितरीत्या स्वमग्नतेस कारणीभूत ठरू शकतात. स्वमग्नतेसाठी कोणताही वैद्यकीय उपचार नाही. तरीपण काही विशिष्ट लक्षणांवर उपचार म्हणून काही औषधांचा उपयोग केला जाऊ शकतो. जरी एखाद्या मुलाची समाजात वावरण्याची आणि इतरांशी संवाद साधण्याची कौशल्ये स्वमग्नतेमुळे बिघडत असली तरी ज्ञानेंद्रियाच्या आकलनात मात्र भर पडते. परंतु स्वमग्न लोक जगाकडे वेगळ्या नजरेने पाहतात आणि म्हणूनच वेगळ्या तऱ्हेने संवाद साधतात आणि वेगळ्या प्रतिक्रिया देतात. लोकांशी संवाद आणि संपर्क साधण्याचे मार्ग त्यांनी शिकायला हवेत आणि जोपर्यंत मुलांना हे शिकवले जात नाही तोपर्यंत त्यांच्या गरजा व्यक्त करण्यासाठी ते कायम बेताल वर्तन करत राहतात. भारतात मोठ्या संख्येने मुले स्वमग्न आहेत, असे संशोधकांचे मत आहे. पण त्यांच्यापैकी बहुतेकांचे योग्य प्रकारे निदान झालेले नाही किंवा त्यांना योग्य मार्गदर्शन मिळालेले नाही; खासकरून ग्रामीण भागातील गरिबांना.

भारतामधले स्वमग्नतेविषयीचे अज्ञान

सुमारे २००० पर्यंत भारतात स्वमग्नतेविषयी फारच थोडी जागरूकता होती. फारच कमी व्यावसायिक डॉक्टर्सनी स्वमग्नतेविषयी काही ऐकले होते आणि त्याहीपेक्षा खूप कमी जणांना स्वमग्नतेविषयी माहिती होती. स्वमग्नतेविषयी माहिती मिळवू इच्छिणाऱ्या लोकांपुढे फारच कमी पर्याय होते. पहिला म्हणजे प्रमुख शहरातल्या अमेरिकन किंवा ब्रिटिश ग्रंथालयातील वैद्यकशास्त्राची पुस्तके शोधणे आणि ज्यांना अशा प्रकारची ग्रंथालये उपलब्ध नव्हती त्यांच्यासाठी तर फारसे पर्याय उरत नसत.

१९८० मध्ये मेरीच्या मुलाचा नीरजचा जन्म झाला आणि जसा तो मोठा झाला तसा तो असाधारणपणे वागा-बोलायला लागला. जवळपास दोन वर्षे या दवाखान्यातून त्या दवाखान्यात करताना बहुतेक डॉक्टरांनी नीरजच्या आजाराचे चुकीचे निदान केले. शेवटी १९८४ मध्ये कोलकत्याच्या एका स्त्री मानसोपचारतज्ज्ञ श्रीमती रत्ना कुमार यांनी नीरजला तपासले व सांगितले की तो स्वमग्न आहे. बिचारे पालक! त्यांना स्वमग्नतेबद्दल काहीच कल्पना नव्हती आणि त्याला सामोरे कसे जायचे, हेसुद्धा माहीत नव्हते.

त्या काळात भारतातील बहुतेक सर्व वैद्यकीय व्यावसायिकांची स्वमग्नता आणि 'मानसिक आजार' या दोहोंत गल्लत होत होती आणि स्वमग्नतेवरील उपचार म्हणून मुलांना सर्वसाधारणपणे मतिमंद मुलांच्या शाळेत पाठवत असत. स्वमग्न मुलांना वेगळ्या पद्धतीने सांभाळले पाहिजे, त्यांच्याकडे वैयक्तिक लक्ष दिले पाहिजे याचा विचार न करता शाळेमध्ये इतर विद्यार्थ्यांसाठी जी प्रशिक्षण पद्धती वापरत तीच यांच्यासाठी वापरली जात असे. स्वमग्नतेबद्दलच्या पुरेशा माहितीच्या अभावी त्या दृष्टीने योग्य ती पावले उचलली जात नसत आणि स्वमग्न मुलांमध्ये क्वचितच सुधारणा होत असे.

स्वमग्नतेच्या निदानानंतर परिस्थितीचा सामना करणे

आपला मुलगा स्वमग्न आहे, हे लक्षात आल्यानंतरच्या अनुभवाचे मेरीने वर्णन केले आहे, 'जेव्हा नीरज अगदी लहान बाळ होता. तो माझा मातृत्वाचा पहिलाच अनुभव असल्यामुळे मी आई म्हणून एकदम कच्ची होते. माझ्या असे लक्षात आले की जेव्हा मी त्याला कुशीत घेण्याचा प्रयत्न करे, तेव्हा तो जोरजोरात किंचाळत मला दूर ढकलून देई. पाळण्यात डोक्यावर टांगलेल्या गरगर फिरणाऱ्या खेळण्यांकडे तो तासन्‌तास टक लावून बघत बसायचा. तो कमीच झोपायचा त्यामुळे मलाही झोप मिळत नव्हती. तो कमी खायचा पण त्याला खायला घालणं खूप त्रासदायक होतं. कारण त्याला खायला खूप वेळ लागायचा आणि बहुतेक वेळा तो खाल्लेलं थुंकून टाकायचा. त्याने पुष्कळशी खेळणी मोडून टाकली आणि त्याचा अत्यंत आवडता खेळ म्हणजे हाताला येईल ती वस्तू खिडकीबाहेर फेकून देणे. नीरजच्या सामाजिक वर्तुळातल्या विचित्र वागण्याबद्दलच्या माझ्या पहिल्या काही आठवणींपैकी एक म्हणजे एकदा एका नातेवाइकांकडे गेलेलो असताना त्यांच्या मुलीच्या खेळण्यातले एक बदक नीरजला विशेष आवडले. आणि त्यांच्या घरी तो पूर्णवेळ जमिनीवर पडून त्या बदकाचे हलणारे भाग हाताळून पाहात होता. दुसऱ्या एका वाढदिवसाच्या समारंभाला आपल्या आजूबाजूला काय चाललंय हे विसरून त्याने पुन्हा एकदा जमिनीवर लोळून एका खेळण्यातल्या गाडीला पुढेमागे ढकलण्याचा उद्योग दोन तास केला. त्याचे बालपण अजिबात सुरळीत नव्हते, पण

तेव्हा मला वाटले की लहान मुलांचे संगोपन असेच असावे – एक थकवणारा पण नेहमी येणारा अनुभव, ज्याला प्रत्येक आईला सामोरे जावे लागते. थोडा काळ गेल्यानंतर गोष्टी ठीक होतील या विचाराने मी सगळ्याला धैर्याने तोंड दिले. त्यावेळी हा विचित्र अनुभव तात्पुरता आहे आणि हा काळही सरेल, ही आशाच माझा तेव्हाचा भावनिक आधार होती. परंतु नीरज जेव्हा सहा वर्षांचा झाला तेव्हा त्याचे वागणे आणखीनच आक्रस्ताळे झाले आणि त्यानंतर डॉ. रत्ना कुमारांनी याचे स्वमग्नता असे निदान केले. मग मात्र ही परिस्थिती हळूहळू बदलणार आहे, या माझ्या आशेचा चक्काचूर झाला. आता हे सिद्ध झाले होते की नीरजच्या अडचणी, त्याचा त्रागा करणं आणि ती त्रासदायक दृश्ये न संपणारी आहेत, परिस्थिती तशीच राहणार होती. हे स्वीकारणे खूप जास्त कठीण होते.'

> एका पालकासाठी स्वतःच्या मुलाच्या स्वमग्नतेच्या आजाराचे निदान म्हणजे अत्यंत प्रिय मुलगा गमावण्यासारखे आहे आणि त्याचबरोबर दुसऱ्या मुलाचे स्वागत करण्यासारखेही! पण गेलेल्याचं दुःख आपण थोडक्यात आवरलं पाहिजे तरच आपण येणाऱ्या मुलासाठी स्वतःला सज्ज करू शकू.

रोगनिदानामुळे पहिल्यांदा धक्का बसलेला असूनही मेरीने लवकरच स्वतःच्या मुलाच्या स्वमग्नतेचा स्वीकार केला. पण स्वमग्नतेसोबत येणाऱ्या 'विचित्र' वागणुकीसारख्या काही विशिष्ट समस्याही होत्या. आणि नीरजचं तर याआधीच खूप विचित्र वागून झालं होतं... बरं, तो दिसायचाही – 'नॉर्मल', (इतर निरोगी मुलांसारखा) त्यामुळे लोक आईबद्दल काय विचार करतात हीच बाब महत्त्वाची ठरत असे. अयोग्य पालकत्व आणि पाल्याचे स्वमग्न असणे यांचा एकमेकांशी काहीही संबंध नाही, हे शास्त्रीय संशोधनाने सिद्ध केलेले असूनही त्याकाळात स्वमग्न मुलांच्या आयांना कुचकामी मातृत्वाच्या शेऱ्यांना कायम तोंड द्यावे लागे. सांगितलेले न ऐकणे आणि नाही म्हणणे ह्या गोष्टीपण होत्या. स्वमग्न व्यक्तीला काही करायला सांगण्यात काही अर्थच नसतो, कारण काहीही करण्याची त्याची इच्छाच नसते आणि वरवर पाहणाऱ्याला हा सांगितलेलं ऐकत नाही असे वाटून धक्का बसतो.

मेरीच्या श्रद्धा आणि ज्ञानाचा शोध

त्यावेळी मेरीचा कोणत्याही धार्मिक श्रद्धांवर ठाम विश्वास नव्हता. तिची आध्यात्मिक ताकद तिच्या स्वतःवरच्या आणि मनःशक्तीवरच्या विश्वासातून आली. कोणत्याही परिस्थितीत

निराश व्हायचे नाही हा तिचा लहानपणापासूनचा स्वभावगुण होता. आनंद हा आतून येतो, असा तिचा विश्वास होता आणि तिथपर्यंत पोहोचण्याची गरज असते. तिला असेही वाटत होते की माणसाची स्वतःसाठी आणि इतरांसाठी काही कर्तव्ये असतात आणि माणसाने स्वतः सकारात्मक आणि आशावादी दृष्टिकोन जोपासण्यासाठी प्रयत्न करावेत. ह्या विश्वासामुळेच ती प्रतिकूल परिस्थितीशी जुळवून घेऊ शकली आणि तिने इतरांनासुद्धा प्रेरणा दिली.

मेरी कोलकत्याच्या लॉरेंटो कॉन्व्हेंटमध्ये शिकली. मदर तेरेसा इथेच नन म्हणून राहिल्या होत्या आणि शिक्षिकेचे सुखाचे आयुष्य सोडून त्यांनी रोगी आणि गरीब लोकांसाठी काम करण्याचे ठरवले. ज्यामुळे त्यांचे आयुष्य खरेखुरे आनंदी आणि समाधानी बनले. भौतिकतेची पूजा करणाऱ्या या जगात राहूनही एखाद्याला संपत्तीविना आनंदी राहता येते, हे मदर तेरेसांच्या उदाहरणाने मेरीला शिकवले.

स्वमग्नतेच्या निदानाने मेरीला तात्पुरता धक्का बसला आणि ती बधीर झाली. त्या मानसिक बधिरतेत ती जवळपास महिनाभर राहिली पण अखेर त्यातून बाहेर पडली आणि तिने स्वतःला पुढे दामटले. तिला हे कळून चुकले की तिला आता परिस्थिती ताब्यात घ्यायला हवी आणि गोष्टी घडवून आणायला हव्यात. जेव्हा कठीण परिस्थितीचा सामना करायचा असतो तेव्हा एकच गोष्ट करायची हे तिला माहीत होते आणि ती म्हणजे कृती! परदेशी नियतकालिकांची वर्गणी भरून आणि बाहेरून पुस्तकं मागवून तिने स्वमग्नतेविषयी जाणून घ्यायला सुरुवात केली. स्वमग्नतेच्या संदर्भात भारतात काय घडते आहे आणि बाहेरच्या देशात काय घडते आहे, यासंबंधी तिने माहिती गोळा केली.

स्वमग्नतेविषयीच्या माहितीचा शोध घेताना मेरीचे लक्ष वेल्लोरच्या ख्रिश्चन मेडिकल कॉलेजमधल्या नम्बिक्कई निलायम या विशेष गरजा पुरवणाऱ्या शाळेच्या कामाकडे गेले. तिला हेही जाणवले की देशात सगळीकडे जी परिस्थिती आहे तसेच इथले डॉक्टर्स आणि शिक्षकही स्वमग्नतेबाबत अजूनही अंधारात चाचपडत आहेत आणि त्यांनाही अजून खराखुरा उपाय सापडलेला नाही. पण ते प्रामाणिक आहेत, वाहून घेणारे आहेत आणि त्यांची शिकण्याची तयारी आहे हे तिच्या लक्षात आले. नम्बिक्कईला उपचाराचा भाग म्हणून आई आणि स्वमग्न मुलाला एका छोट्या घरात एकत्र रहायला देत आणि एकत्र वेळ घालवल्यामुळे आईची उपजत प्रवृत्ती रोग बरा करण्यासाठी वापरली जाई.

काटकसरी जगण्यावर भर आणि समानतेचा पुरस्कार हे नम्बिक्कईच्या उपचारांचे वैशिष्ट्य होते. मेरीवर त्याचा खोलवर परिणाम झाला. सर्व कुटुंबांना मग ती गरीब असोत वा श्रीमंत त्यांना समानतेने वागवले जाई. फक्त गरिबांकडून कमी फी घेतली जात असे. त्यामुळे एखादी श्रीमंत आई तिच्या स्वमग्न मुलाबरोबर एखाद्या गरीब कुटुंबाच्या शेजारी राहू शकत

असे. नम्बिक्कईच्या संस्कृतीमध्ये मेरीला खूपसं शहाणपण गवसलं आणि तिच्या स्वतःच्या भावी योजनांमध्ये तिने ते वापरलं.

१९८५ मध्ये मेरीने नीरजला कोलकत्याच्या बालवाडीतून काढण्याचे ठरवले आणि जिथे आई आणि मुलाला एकत्र प्रवेश मिळतो अशा नम्बिक्कईच्या शाळेत, वेल्लोरला ती त्याला घेऊन गेली.

मेरी तिथे तीन महिने घालवायच्या उद्देशाने गेली होती पण शेवटी ती सहा महिने तिथेच थांबली आणि नीरजबरोबर अथक परिश्रम घेतले. त्यामुळे नीरजच्या वागण्यात लक्षणीय सुधारणा झाली. मेरीलासुद्धा अत्यंत उपयुक्त असे ज्ञान मिळाले. १९८६ च्या उत्तरार्धात जेव्हा आई आणि मुलगा परत कोलकत्त्याला आले तेव्हा नीरजला पुन्हा जुन्या बालवाडीत घातले आणि नंतर अपंग मुलांच्या विशेष शाळेत घातले. पण तिथे काहीही सुधारणा झाली नाही कारण शिक्षकांना स्वमग्नतेविषयी काही ज्ञान नव्हते आणि कधीकधी नीरजच्या 'भ्रमिष्ट' वर्तनाला ते एखादी निरुपयोगी शिक्षा करत; ज्यावरची त्याची प्रतिक्रिया हिंसक असे.

एका कुशल योजनेचा विकास

१९८७ मध्ये मेरीच्या पतीची बदली दिल्लीला झाली आणि बरुआंनी कोलकत्ता सोडलं. दिल्लीमध्ये मेरीने स्वमग्न मुलांच्या पालकांचा एक गट स्थापन करण्यासाठी पुढाकार घेतला. तीन आया आणि त्यांची स्वमग्न मुले घेऊन हा गट सुरू झाला. एकमेकांना मदत करण्यासाठी आणि मुलांची सामाजिक कौशल्ये वाढवण्यासाठी या छोट्याशा आधारगटाने स्नेहसंमेलने आणि सहलींचे आयोजन केले. त्याच वेळेला मेरीने प्रसिद्ध वृत्तपत्रांमधून स्वमग्नतेवर लेख लिहिण्यास सुरुवात केली. ह्या लेखांमुळे स्वमग्नताग्रस्त मुलांच्या पालकांचा सल्ला आणि मदत मागणारा खूप प्रतिसाद आला. पालकांकडून अशी खूप पत्रे आल्याने तर मेरीला हे स्पष्ट समजलं स्वमग्नतेशी संबंधित कुटुंबांना एकत्र जोडणारे मोठे नेटवर्क निर्माण करण्याकडे लक्ष देण्याची आता वेळ आली आहे. ह्या नेटवर्कमुळे कल्पनांची देवाणघेवाण होईल, माहितीचा प्रसार होईल आणि परस्परांचा आधार वाटेल. स्वमग्नताग्रस्तांना आधार देण्यासाठी राष्ट्रीय संस्था चालू करण्याची कल्पना आकार घेऊ लागली. अखेरीस, यातूनच – ॲक्शन फॉर ऑटिझम (एएफए) ची निर्मिती झाली. स्वमग्नताग्रस्तांना आणि त्यांच्या पालकांना आधार देणारी ही संस्था मेरीने स्थापन केली आणि ती त्यांची संचालकही होती. एएफए इतर अनेक गोष्टींबरोबर स्वमग्न मुलांना ती जशी आहेत तशी स्वीकारण्यासाठी पुरस्कृत करते,

त्यांना शिकण्यासाठी आणि पुढे जाण्यासाठी मदत पण करते. एएफएचे मूलभूत तत्त्व पालकांचे सक्षमीकरण आहे. १९९१ मध्ये या संस्थेची एक स्वयंसेवी संस्था म्हणून नोंदणी झाली.

जगातील इतर भागात स्वमग्नतेला कसे तोंड दिले जाते, याचा शोध घेत असताना मेरीच्या हे लक्षात आले की अमेरिकेतील मॅसेच्यूसेट्समधल्या ऑप्शन्स इन्स्टिट्यूट येथे, स्वमग्नताग्रस्त मुलांच्या पालकांसाठी एक अभ्यासक्रम आयोजित केला आहे, त्याला हजेरी लावणं तिच्यासाठी फायद्याचं ठरणार आहे. हा ५ दिवसांचा भरगच्च अभ्यासक्रम फारच महाग होता. पण मेरीने ठरवलं की तो तेवढ्या योग्यतेचा आहे. म्हणून १९९२ मध्ये ती नीरजबरोबर अमेरिकेला गेली. तिच्या बचतीचा मोठा भाग या गोष्टीवर खर्च केल्यामुळे मेरीने या अभ्यासक्रमातून शक्य तेवढा फायदा मिळवण्याच्या निश्चयच केला होता; वर्गामध्ये तिने पुष्कळ टिपणे घेतली आणि शिवाय बोलणे ध्वनिमुद्रित करणारे एक यंत्रही (डिक्टाफोन) विकत घेतले आणि जे झाले ते नोंदवून ठेवले. मॅसेच्यूसेट्समधला हा अभ्यासक्रम मेरीसाठी एक क्रांतिकारक क्षण ठरला. यामुळे तिचे विचार स्पष्ट व्हायला मदत झाली. कारण भूतकाळातल्या त्या वादळामुळे तिचे मन खूप गोंधळलेले होते. स्वमग्नतेला तोंड देण्याबाबतची तिची मतं बऱ्यापैकी बदलली. उदाहरणार्थ नीरजचं विचित्र, नकारात्मक वागणं हे हेतुपुरस्सर दाखवलेली नापसंती नाही तर त्याच्या मनाची गोंधळलेली अवस्था आहे – ही स्वमग्नतेशी संबंधित एक गोष्ट आहे, जी आपण समजूनच घेतली पाहिजे, याबद्दल तिची खात्री पटली आणि तिला हायसं वाटलं.

पण तरीसुद्धा मॅसेच्यूसेट्समधला हा अभ्यासक्रम, मेरीच्या नीरजच्या परिस्थितीबाबतच्या अडचणी दूर करू शकला नाही. जेव्हा नीरज पौगंडावस्थेत होता तेव्हा न सांगता येण्यासारख्या काही कारणांमुळे नीरजचे वर्तन एकदम बिघडायला सुरुवात झाली. सहा महिन्यांपेक्षा जास्त काळ नीरजला एक तीव्र संताप, निराशा आणि चिडचिडीने घेरून टाकले, ज्याच्यावर तो अजिबात ताबा ठेवू शकला नाही. आणि अत्यंत अपवादात्मक आव्हानात्मक वर्तन असे त्याचे वर्णन करता येईल. मेरी म्हणते, 'पिंजऱ्यातल्या वाघाबरोबर राहण्यासारखे होते ते! तेव्हा आम्ही ज्या छोट्याशा घरात राहात होतो तिथून त्याला बाहेर काढण्याचे धाडस मी करू धजले नाही. त्याच्या भावनांना वाट मोकळी करून देण्याच्या प्रयत्नांत आमचं ते छोटसं घर त्याने अगदी उद्ध्वस्त करून टाकलं होतं. त्याच्या ज्या भावना अत्यंत तीव्रपणे व्यक्त होत होत्या, त्यांच्याशी त्याला सामना करता यावा म्हणून मी खूप प्रयत्न केले, पण अगदीच कमी यश मिळाले.'

स्वमग्नतेवर प्रत्यक्ष उपाययोजना

याचवेळेस स्वमग्नतेचा सामना करण्याच्या पद्धतींमध्ये काही बदल घडवण्यासाठी तिलाच आता काहीतरी करायला हवे याबाबत तिची पूर्ण खात्री पटली. तिला जो संभ्रम आणि एकटेपण अनुभवावं लागलं ते इतर आयांच्या वाट्यास येऊ नये. भारतात स्वमग्नतेशी संबंधित माहिती आणि मदत सहज उपलब्ध होईल यादृष्टीने जे खात्रीशीर बदल घडले त्यात मेरीने अग्रेसर भूमिका घेतली. स्वमग्नतेशी संबंधित लोकांपर्यंत पोहोचण्यासाठी तिने कठोर परिश्रम केले. स्वमग्नतेविषयीची जागरूकता वाढवण्यासाठी तिने स्वतःच्या जाहिरात आणि पत्रकारिता क्षेत्रातील पूर्वीच्या अनुभवाचा वापर केला. तिने *ऑटिझम नेटवर्क* नावाचे एक नियतकालिक सुरू केले. ते तिने स्वतः लिहिले आणि छापले. तिने स्वतः समुपदेशन करण्यास सुरुवात केली. तसेच पालकांसाठी घरातल्या घरात तपशीलवार कार्यक्रम घेतले. तिने दिल्लीतल्या, डिफेन्स कॉलनीतील तिच्या घरात स्वमग्न मुलांना मदत करण्यासाठी एक छोटीशी शाळासुद्धा सुरू केली.

हळूहळू नीरजची संवाद साधण्याची पद्धत सुधारली आणि भावनांचे तीव्र झटके कमी झाले. लवकरच इतर स्वमग्नताग्रस्त मुलांनीही मेरीच्या शाळेत प्रवेश घेतला. यातूनच १९९४ मध्ये नवी दिल्ली येथे 'ओपन डोअर स्कूल'ची निर्मिती झाली. ह्या शाळेला राष्ट्रीय पुरस्कार मिळाला आणि स्वमग्न मुलांना आणि त्यांच्या आईवडिलांना मदत करणारी ही भारततली एक आघाडीची विशेष शाळा आहे (जे आईवडील आधी त्यांच्या स्वमग्न मुलांना फक्त एक जबाबदारी समजत ते नंतर मुलाच्या सहवासाचा आनंद घ्यायला शिकले.)

मेरीचे सगळ्यांपर्यंत पोहोचण्याचे काही प्रयत्न लहान प्रमाणावर होते तर काही राष्ट्रीय आणि वैश्विक स्तरावरचेसुद्धा होते. व्हीडिओ लायब्ररीतल्या डस्टिन हॉफमनची स्वमग्न माणसाची भूमिका असलेल्या द *रेन मॅन* या चित्रपटाच्या कॅसेट्सवर स्वमग्नतेविषयीचे भ्रम दूर करणारी टिपणे लिहून ती चिकटवणे हा त्यातलाच एक छोटासा प्रयत्न.

एएफएच्या उपक्रमात जास्तीत जास्त वाढ ही मोठ्या प्रमाणावर लोकांपर्यंत पोहोचण्याच्या प्रयत्नाचे फळ होते. आणि ह्यामुळे पुढे जाऊन 'द नॅशनल सेंटर फॉर ऑटिझम' (एनसीए) स्वमग्नतेसाठीच्या राष्ट्रीय केंद्राची स्थापना करण्यात आली. ही संस्था स्वमग्नताग्रस्त लोकांना तसेच त्यांच्या पालकांना, व्यावसायिकांना, संशोधकांना एका ठिकाणी एकत्र आणते. ही संस्था २००५ पासून एनसीए, जसोला, नवी दिल्ली येथे स्वतःच्या चार मजली इमारतीत स्थित आहे. भारतामध्ये स्वमग्नतेबद्दल आता जास्त आस्था, आधार आणि जाणीव आहे, हे दाखवून देणारी ही एक आद्य संस्था आहे आणि हे १९८० च्या दशकापेक्षा नक्कीच वेगळे चित्र आहे. तिची संस्था लोकहितैषी असली तरी नवी दिल्लीमध्ये एका संस्थेची स्थापना

करण्यासाठी घाबरवणाऱ्या नोकरशाहीतल्या कायद्याच्या बाबी, नियमांचे अडथळे यावर मात करून मेरीने अत्यंत प्रशंसनीय असे परिश्रम घेतले.

जेव्हा मेरी आणि तिच्याबरोबरचे इतर पालक त्यांची स्वमग्न मुले वाढवत होते तेव्हा त्यांना भारतात ज्या सेवा आणि सुविधा कधीच मिळाल्या नव्हत्या, त्या सर्व आता एन.सी.ए. मध्ये उपलब्ध आहेत. यामध्ये आजाराचे निदानात्मक मूल्यांकन, समुपदेशन, शिक्षण आणि प्रशिक्षण यांचा अंतर्भाव होतो. ही मूल्यांकने आंतरराष्ट्रीय दर्जाचे निकष वापरून, वैद्यकीय मानसशास्त्रज्ञांच्या सर्वसमावेशक निरीक्षणांमधून तयार केलेली असतात आणि तीच प्रत्येक मुलासाठी आखलेल्या योजनेचा आरंभबिंदू ठरतात. इतर मूल्यांकनामध्ये कार्यकौशल्ये, व्यवसायविषयक आणि संवेदनांची गुणवैशिष्ट्ये यांचा समावेश असतो. आधार देणाऱ्या सेवांमध्ये समाजात ज्यांची गरज भासते त्या संवादकौशल्यांच्या कार्यक्रमांचा समावेश होतो, त्यामुळे स्वमग्न मुलांचा मुख्य प्रवाहातील शाळांमध्ये प्रवेश व्हायला मदत होते. तसेच संगणक प्रशिक्षण, कुंभारकाम, गृहव्यवस्थापन यासारखे अभ्यासांतर्गत उपक्रमही घेतले जातात त्यामुळे स्वमग्नताग्रस्तांना समाजात पूर्णपणे सहभाग असणारा सदस्य बनण्यास शक्ती मिळते. यात पालकांसाठी घेतले जाणारे विशेष सल्ला मार्गदर्शन आणि प्रशिक्षण कार्यक्रमही आहेत उदा. 'आई आणि मुलासाठी प्रशिक्षण' हा दहा आठवड्यांचा मोठा कार्यक्रम एनसीएमध्ये नियमितपणे आयोजित केला जातो. यात प्रत्यक्ष रोगनिवारणतज्ज्ञ (थेरपिस्ट) जवळजवळ २० पालकांना आणि त्यांच्या मुलांना प्रशिक्षण देतात.

ते दिवस गेले जेव्हा स्वमग्नतेवर माहिती मिळविण्यासाठी अमेरिकन आणि ब्रिटिश ग्रंथालयांना भेट द्यावी लागायची. एनसीए हे एक सर्वसमावेशक संसाधन केंद्र आहे. जिथे भारतातील स्वमग्नता या विषयावरील पुस्तकांचा, नियतकालिकांचा आणि इतर साधनांचा मोठा संग्रह आहे. तपशीलवार तयार केलेली एक वेबसाईटही आहे. त्यांच्या प्रकाशनामध्ये *'ऑटिझम नेटवर्क'* हे मासिकसुद्धा आहे. भारतीय संदर्भातील स्वमग्नतेवर त्यामध्ये प्रकाश टाकलेला असतो आणि २० वर्षांपासून ते नियमितपणे प्रकाशित होत आहे. त्याचप्रमाणे विविध प्रकारची मार्गदर्शनपर पुस्तके आणि प्रशिक्षण पुस्तिकासुद्धा आहेत. १९९४ मध्ये अतिशय साधेपणाने सुरू केलेली शाळा 'द ओपन डोअर स्कूल' आता भारतातील स्वमग्न मुलांना शिक्षण देणारी आद्य संस्था झाली आहे. आणि आता ती एनसीएचाच एक भाग आहे. स्वमग्नतेसाठी ती आता एक भारतातील आदर्श शाळा बनली आहे. सध्या त्या शाळेत ३ ते १८ वर्षे वयोगटातील ७० मुले आहेत आणि त्यांच्या गरजांनुसार आणि क्षमतेप्रमाणे ती सात विभागांत विभागली आहेत. इतर शाळांमधून शिकणाऱ्या स्वमग्न मुलांनासुद्धा ही शाळा आधार देते. बाहेरगावी राहणाऱ्या कुटुंबासाठी केंद्रामध्ये अधिक जोमदार असे कार्यक्रम घेतले जातात, त्यामुळे त्यांनाही एनसीएतले शिक्षक, डॉक्टर्स आणि मानसशास्त्रज्ञ

यांच्या समुपदेशनाचा फायदा मिळू शकतो. केंद्र वर्षाला एक हजारांच्या वर लाभार्थींपर्यंत पोहोचते. आज मेरी एनसीएतल्या काही सुविधांमध्ये वाढ करण्याचा प्रयत्न करते आहे. त्यात बाहेरगावच्या पाहुण्यांसाठी तात्पुरत्या निवासाची सोय, हे एक आहे.

एनसीएमध्ये स्वमग्नतेला अनुकंपनीय अपंगत्व समजले जात नाही तर त्याकडे जगण्याचा एक वेगळा मार्ग म्हणून बघतात. म्हणूनच एनसीएतले शिक्षक आणि प्रशिक्षक व्यक्तिविशिष्ट आदर बाळगून एखाद्या गोष्टीचा/अनुभवाचा ताबडतोब न्यायनिवाडा न करता स्वीकार करण्यावर भर देणारे धडे देतात. एनसीए इतर कार्यक्रमांचे उदा. सुट्टीतले कॅम्प्स, किंवा संगीत मैफीलींचे आयोजन करते, त्यामुळे सर्व तऱ्हेने बाहेरच्या जगाचे अनुभव मिळतात. भारतातल्या आणि परदेशातल्या, स्वमग्नतेशी संबंधित संस्थांबरोबर ते जोडलं गेलं आहे. उदाहरणार्थ, सर्वशिक्षा अभियान ही एक सरकारी संघटना आहे. ती सरकारी शाळांमधील स्वमग्न मुलांना मार्गदर्शन करते, तर एनसीए त्याच्याशी संलग्न होऊन काम करते. स्वमग्नतेविषयी जागृती पसरवणे आणि त्याची बाजू मांडणे, हे त्यांचे काम आहे. दक्षिण आशियातील इतर देशांतील स्वमग्नांना व त्यांच्या कुटुंबांना मदत करणाऱ्या सेवा वाढविण्यासाठी आणि त्याचप्रमाणे स्वमग्नतेला कायद्याचा आधार मिळावा यासाठी मदत केली जाते.

एनसीएतल्या उपक्रमांसाठी निधी उभा करणे, हे एक सातत्याने करावे लागणारे काम आहे. प्रामुख्याने उद्योगविश्वातून त्यांच्या व्यावसायिक सामाजिक बांधीलकीच्या कार्यक्रमाचा एक भाग म्हणून हा निधी उभारला जातो. त्याचप्रमाणे निधी उभारणीसाठी घेतलेले कार्यक्रम आणि केंद्राच्या नेहमीच्या कार्यक्रमांवर, जे उत्पन्नावर आधारित शुल्क आकारले जाते, त्यातूनही निधी मिळतो.

आव्हाने आणि भवितव्य

स्वमग्न मुलाबरोबरचे आपले आयुष्य आणि भविष्यकाळ याबाबत विचार करताना मेरी म्हणते, 'आयुष्य कायमचं आव्हानात्मक होतं पण त्यातून मी अद्‌भुत धडे घेतले. उदाहरणार्थ, कोणतेही मूल असे नाही जे शिकत नाही किंवा प्रगती करत नाही, हे मी शिकले. पण प्रत्येकाकडून मोठ्या उडीची अपेक्षा करण्यापेक्षा पुढे जाणाऱ्या त्यांच्या चिमुकल्या पावलांची प्रशंसा करणे शिकायला हवे. जेव्हा लोक आता नीरजला बघतात तेव्हा तो जे काही करू शकतो, त्याचे त्यांना खूप नवल वाटते. स्वतःवर ताबा मिळवण्यासाठी पूर्णपणे असमर्थ असणारा नीरज आता स्वतःवर ताबा ठेवू शकतो. पण अशीही एक वेळ होती

जेव्हा नीरजला इंजेक्शन देण्यासाठी पकडून ठेवायला सहा माणसही पुरेशी पडत नव्हती. नीरजबरोबरचे आजचे आयुष्यही काही सोपे नाही. जेव्हा मी या जगात नसेन तेव्हा नीरजचे आयुष्य सुखा, समाधानाने जावे यासाठी माझ्या साधनसंपत्तीतल्या प्रत्येक कणाची नक्कीच गरज असणार आहे. नीरजने एक माणूस म्हणून माझ्यात बदल घडवले का? निश्चितच, आणि तेही चांगल्यासाठीच. अपेक्षांवर पाणी सोडल्यानंतर त्यातून खूप शिकता येते. आतापर्यंत मी संवेदनशीलता, धैर्य आणि आदर याविषयी ज्या पद्धतीने शिकले, तसे मी एरवी शिकूच शकले नसते. माझ्या मुलाने मला खऱ्या अर्थाने 'निरपेक्षता' स्वीकारायला लावली. (मी माझ्या मुलाला सांगू शकते; तू शिकावंस आणि मोठा व्हावास म्हणून मी माझ्या ताकदीनुसार प्रत्येक गोष्ट करेन. पण तू जसा आहेस, तू जे काही करतोस ते, आणि तू जे काही करणार आहेस, त्या सगळ्यांवर माझे प्रेम आहे आणि तू जसा आहेस तसा मी तुला स्वीकारले आहे. जर मला माझे आयुष्य पुन्हा जगायला मिळाले, तर नीरज वेगळा असायला हवा आहे का? मला तो स्वमग्नतेने ग्रस्त असायला नको आहे का? दोन्ही प्रश्नांना माझे उत्तर स्पष्टपणे 'नाही' हेच आहे. प्रत्येक दिवशी आनंद आणि दुःख आहे, चढउतार आहे, आव्हाने आणि विजयोत्सव आहे . मी अत्यंत प्रयत्नपूर्वक माझे आयुष्य पुढे नेते आहे. पण कोणत्याही गोष्टीसाठी मी ते बदलणार नाही. मी या जगात नसल्यावर नीरजचे काय होईल? मला माहीत नाही. आमच्या माघारी आमच्या मुलाला लागणाऱ्या सेवा, सुविधांची सोय करण्यासाठी मला जे जे करणे शक्य आहे ते ते चांगल्या प्रकारे करण्याचा मी प्रयत्न करते आहे. माझ्या आयुष्यात मी हे सर्व साध्य करू शकेन का नाही, ते मला माहीत नाही. पण मला हे माहीत आहे की त्याची काळजी आता करून मी स्वतःला दुःखी करणार नाही.'

मेरीने स्वमग्नताग्रस्तांना आणि त्यांच्या कुटुंबांना मदत करण्यासाठी जे काही आतापर्यंत केले आहे त्यासाठी तिला राष्ट्रीय आणि आंतरराष्ट्रीय स्तरावर चांगले नाव मिळाले आहे. ती सांगते, 'मी हे काम करते कारण नीरजच्या रोगनिदानानंतर मी ज्यातून गेले त्यातून इतर पालकांनी जाऊ नये असे मला वाटते; ती अनिश्चितता, चुकीची माहिती आणि सेवासुविधांचा तो अभाव! आता मी असंख्य कुटुंबाना मदत करू शकते, हे माझे भाग्य आहे', पण मेरीला वाटतं की ती अजून तिच्या ध्येयप्राप्तीपासून खूप दूर आहे. गेल्या वीस वर्षांत एवढे काम झाले असूनसुद्धा अजूनही वैद्यकीय समुदायाकडून स्वमग्नता योग्य पद्धतीने हाताळली जात नाही. डॉक्टर्समध्ये कायम जाणिवा आणि जागरूकतेचा अभावच दिसतो. ते परिस्थितीचे चुकीचे किंवा अर्धवट निदान करतात, वस्तुतः जेव्हा सुरुवातीचा त्यांचा निर्णय खूप महत्त्वाचा असतो तेव्हा पालकांना त्यांची मुले यातून बाहेर पडतील असे सांगतात किंवा मुलाच्या भविष्याबाबत संपूर्ण निराशाजनक दृष्टिकोन देतात. स्वमग्नतेचे सर्वसामान्य लोकांना अजून पूर्ण आकलन झाले नाही. 'पाश्चिमात्य' सामाजिक मूल्यांचा परिणाम म्हणून प्रामुख्याने

श्रीमंतांमध्ये आणि वाईट पालकत्वामुळे हा आजार होतो असे समजून त्याला कायम दूर लोटले जाते. स्वमग्नतेशी संबंधित लोक अशा कल्पनांमुळे दुखावले जातात.

स्वमग्नतेच्या संदर्भातल्या प्रश्नांना सामोरे जाण्यासाठी, भारतात आणि शेजारी राष्ट्रांमध्ये अजून खूप काही करणे गरजेचे आहे. मेरीचे या पुढील ध्येय संशोधनावर आधारित आहे. स्वमग्नताग्रस्त लोकांना औषधांपेक्षा विशेष संवादकौशल्ये शिकवण्याची आणि सामाजिक जाणिवेची जास्त गरज आहे आणि स्वमग्न मुलांचे सर्वांत प्रभावी शिक्षक त्यांचे आई, वडीलच असतात. 'त्यांच्या आणि इतरांच्या स्वमग्न मुलांना आधार देण्यासाठी पालकांना या पुनर्वसनाच्या प्रक्रियेत, शिक्षक, प्रशिक्षक आणि परीक्षक होण्यासाठी प्रवृत्त करण्याचे मार्ग तयार करणे, हे खरे आव्हान आहे.'

आज देशातल्या वेगवेगळ्या भागांमध्ये या कार्याला स्वतःला वाहून घेणाऱ्या प्रशिक्षित पालकांकडून, विशेषज्ञांकडून स्वमग्न आधार केंद्रे स्थापण्याची आणि चालविण्याची आवश्यकता आहे. ह्या पालकांकडून चालवल्या गेलेल्या आधारकेंद्रांना एनसीएकडून पाठिंबा मिळेल. यामध्ये स्वमग्नतेला हाताळण्यासाठी प्रयत्न आणि चाचणीमध्ये यशस्वी ठरलेल्या तंत्र आणि पद्धतींचा वापर होईल. स्वमग्नताग्रस्तांना आणि त्यांची काळजी घेणाऱ्यांना तसेच एकूणातच समाजाला प्रचंड लाभदायी ठरणाऱ्या विभिन्न देशांमध्ये काम करत असलेल्या एका मोठ्या संस्थेची निर्मिती करणे हेच एक मोठे आव्हान होय. ह्या सगळ्यांमुळे सर्वांना समान संधी देणाऱ्या आणि प्रत्येक व्यक्तीच्या क्षमता बहुमोल समजून लोकांच्या परस्पर-अवलंबित्वाला मान्यता देणारा समाज निर्माण होण्याच्या मेरीच्या असामान्य द्रष्टेपणाची त्यामुळे पूर्तता होईल आणि असे काम केल्याचे समाधानही तिला मिळेल.

3

लक्ष्मी कृष्णन

स्त्री सक्षमीकरणासाठी स्वयंसेवी संस्था

भारतातल्या अनेक भागांत अगदी आजही जर एखाद्या अविवाहित तरुण मुलीला मूल झाले तर तिचे स्वतःचे नातेवाईक तिला वाळीत टाकतात आणि एक कलंकित, लज्जास्पद आयुष्याची शिक्षा तिला फर्मावण्यात येते. त्या मुलाचा त्याग करण्यावाचून तिच्याजवळ दुसरा पर्याय उरत नाही. त्यामुळे पुढे जाऊन तिच्या दुर्दैवात भरच पडते.

लक्ष्मी कृष्णन यांच्यासारख्या संवेदनशील कार्यकर्तीला आपल्या समाजातील अशा रानटी वागण्याच्या प्राबल्याची जाणीव होती. आणि जेव्हा एक अनौरस संतती असलेली एक तरुण मुलगी मदतीसाठी त्यांच्याकडे आली तेव्हापासून तर त्यांना दैनंदिन कामकाज सुरू ठेवणे अशक्य झाले. त्या मुलीला तिच्या नवजात बालकाची काळजी कशी घ्यायची याची सुतराम कल्पना नव्हती अथवा स्वतःच्या आयुष्याशी कसे जुळवून घ्यावे हेही समजत नव्हते. तिचे आयुष्य म्हणजे एक दुःस्वप्न झाले होते. हा अनुभव जेव्हा त्यांना सांगितला गेला तेव्हा लक्ष्मी उद्ध्वस्त झाल्या. आणि त्यांनी ठरवले की अशा मुलींसाठी आणि त्यांच्या मुलांसाठी आपण काहीतरी करायलाच हवे. तरुण कुमारी मातांसाठी आणि त्यांच्या मुलांसाठी एक समाजकल्याण संस्था स्थापन करणे, हे त्यांच्या आयुष्याचे ध्येय बनले. बऱ्याच आव्हानांवर मात केल्यावर त्यांचे ध्येय साध्य झाले. १९९८ मध्ये द सोसायटी फॉर प्रोटेक्शन ऑफ विमेन अँड चिल्ड्रन (SPOWAC) ची स्थापना झाली. लक्ष्मी कृष्णन या संस्थेच्या संस्थापक अध्यक्ष आहेत; संस्थेच्या कार्यकारी मंडळाचे इतर सदस्य हे सामाजिक कार्याच्या क्षेत्रातील महत्त्वाचे आणि आदरणीय लोक आहेत.

लक्ष्मी कृष्णन यांनी स्वतःच्या आयुष्यातील बराच काळ निराधार मुलांची काळजी घेण्यात घालवला. त्यांनी गृहव्यवस्थापन शास्त्राची पदवी घेतली आणि बालमानसशास्त्र हा त्यांचा मुख्य विषय होता. कारण त्यांना मुलांबद्दल कायमच खूप आकर्षण वाटत आले होते. १९७६ मध्ये दिल्ली स्कूल ऑफ सोशल वर्कमधून त्यांनी समाजकार्याची पदव्युत्तर पदवी मिळवली (एम.एस.डब्ल्यू) आणि तिथे अभ्यास करत असतानाच शाळेच्या चाइल्ड गायडन्स क्लिनीकच्या माध्यमातून मुलांना मदत करत त्यांच्या कारकिर्दीची सुरुवात झाली. पदव्युत्तर पदवी मिळवल्यानंतर लक्ष्मी कॉनव्हेंट ऑफ जिझस अँड मेरी स्कूलच्या ख्रिस्तराजा फॅमिली हेल्पर प्रोजेक्टमध्ये सामील झाल्या. तिथे समाजातील वंचित स्तरातील विद्यार्थ्यांच्या पालकांशी संवाद साधून तसेच पुस्तके, गणवेश अशा बाबतीत मदत करून त्यांना शालेय जीवनाशी समरूप होण्यास मदत करणे ही त्यांची जबाबदारी होती. त्या शाळेत त्यांनी चार वर्षे काम केले. जेव्हा त्या तिथे होत्या, तेव्हा त्यांना 'एसओएस चिल्ड्रन्स व्हिलेज ऑफ इंडिया' या संस्थेत एक जागा रिकामी असल्याचे कळले. ह्या बालकल्याणाच्या क्षेत्रात अत्यंत प्रतिष्ठित आणि अत्यंत नामांकित स्वयंसेवी संस्थेला त्यांचे दत्तक केंद्र चालवण्यासाठी एका माणसाची गरज होती. तिथल्या कामाचे स्वरूप लक्ष्मींना खूपच आवडले. त्यांना माहीत होतं की त्या हे काम खूप छान पद्धतीने करू शकतात आणि त्यांना याच प्रकारचे काम करायचं होतं. त्या कामासाठी मुलांवर प्रेम करण्याची व त्यांना समजून घेणाऱ्या स्वभावगुणांची गरज होती आणि त्यात त्या पक्क्या होत्या. एसओएसची नेमणूक प्रक्रिया शिस्तबद्ध होती, समाजकार्याच्या विश्वामधील नावाजलेले लोक त्याच्या संचालक मंडळात होते. त्यांच्याकडून मुलाखती

घेतल्या जात. उदा. तारा अली बेग आणि जे.एन. कौल. लक्ष्मी त्या मुलाखतीला गेल्या तेव्हा घाबरलेल्या होत्या; हे लक्ष्मी यांना आठवतं. पण त्यांची कळकळ आणि मुलांना समजून घेण्याचा स्वभाव हा त्या मुलाखतीत स्पष्टपणे दिसला आणि त्या निवडल्या गेल्या.

१९९४ मध्ये, २७ वर्षांच्या असताना नवी दिल्लीतील गोल मार्केटमधील उदयन नावाच्या एसओएसच्या दत्तक केंद्रात लक्ष्मींची प्रमुख म्हणून नेमणूक केली गेली तेव्हा त्यांना हे लक्षात आले नाही की पुढची २० वर्षे उदयन हेच त्यांचे कार्यक्षेत्र असणार आहे! ते दिवस पूर्णपणे धावपळीचे आणि ताणाचे होते. केंद्रात कोणत्याही वेळी २० तरी मुले असत. यातली खूपशी समस्याप्रधान पार्श्वभूमी असलेली आणि गंभीर आजार असलेली असत.

जेव्हा लक्ष्मी उदयनशी जोडल्या गेल्या तेव्हा एक तरुण कार्यकर्ती म्हणून त्यांना त्यांच्या पहिल्या सामाजिक, सांस्कृतिक आव्हानास सामोरे जावे लागले. त्यांना त्यांच्यापेक्षा वयाने मोठ्या असलेल्या आणि संस्थेत त्यांच्या आधीपासूनच दीर्घकाळ काम करत असलेल्या कर्मचाऱ्यांचा विरोध सहन करावा लागला आणि म्हणून या एका तरुण अननुभवी मुलीची (कल की छोकरी) बॉस म्हणून झालेली नेमणूक त्यांना पटत नव्हती. वयाने मोठ्या असणाऱ्या कनिष्ठ सहकाऱ्यांपेक्षा कष्टाने आणि अधिक निष्ठेने काम करून लक्ष्मीने या आव्हानाचा सामना केला. खरंतर उच्च दर्जाचे काम करून त्यांनी एक उदाहरणच घालून दिले आणि दाखवून दिले की प्रमुख होण्यास त्या पात्र आहेत.

या अनुषंगाने हे सांगायला हवे की, लक्ष्मी यांना स्वतःची दोन छोटी मुलं होती. घरी त्यांची काळजी घ्यावी लागे. त्यांना आठवतं की उदयनमधील आणीबाणीची परिस्थिती आणि त्यांचं स्वतःचं घर या दोहोंमध्ये त्यांची ओढाताण व्हायची आणि कधीकधी रात्री उशिरा त्या घरच्या कपड्यात दोन्हीकडे हेलपाटे घालायच्या! प्रत्येक दिवस लक्ष्मीसाठी नवे आव्हान घेऊन येई. देवळापुढे किंवा दवाखान्यात किंवा अगदी कचरापेटीत टाकलेली तान्ही बाळं पोलिस उदयनकडे आणून देत आणि मग त्यांचे हतभागी आयुष्य उभे करायची जबाबदारी लक्ष्मींची असे.

उदाहरणार्थ, तिथे निलीमाचे एक प्रकरण झाले. ते एक छोटंसं तान्हं बाळ होतं. कदाचित त्याच्या जननेंद्रियाचा आकार हिजड्याप्रमाणे आहे असे गृहीत धरून त्याला टाकून दिले होते. त्याला उदयनमध्ये आणले. त्या मुलाला मदत करण्यासाठी लक्ष्मीने त्या बाळाला ऑल इंडिया इन्स्टिट्यूट ऑफ मेडिकल सायन्सेसकडे नेले. जेव्हा त्या परत उदयनमध्ये आल्या, तेव्हा त्यांना प्रवेशद्वाराजवळ बेताल झालेल्या हिजड्यांची गर्दी झालेली दिसली. आणि ते अशी मागणी करत होते की बाळ त्यांच्याकडे दिलं जावं कारण ते त्यांच्या जमातीचा एक भाग आहे. लक्ष्मी एकट्या त्या गर्दीला सामोऱ्या गेल्या आणि त्यांनी त्या हिजड्यांना सांगितले,

'ह्या मुलीला तुम्ही कसलं आयुष्य देणार आहात? ती तुमच्याबरोबर राहिली तर फक्त भीक मागायला शिकेल, पण माझ्याबरोबर राहिली तर तिला शिक्षण मिळेल, आणि ती तिच्या आयुष्यात काहीतरी करू शकेल याची खात्री मी तुम्हाला देते. खरं म्हणजे तुमच्या जमातीत अशी अजून छोटी बाळं असतील, तर कृपया त्यांना माझ्याकडे घेऊन या आणि मी त्यांना चांगलं आयुष्य मिळावं म्हणून मदत करेन.' त्या सर्व हिजड्यांनी त्यांना आशीर्वाद दिले आणि ते निघून गेले. निलीमा आता तिच्या दत्तक पालकांबरोबर युरोपमध्ये असते आणि आता ही खात्री आहे की ती स्त्री म्हणून संपूर्णपणे विकसित होईल व यासाठी आवश्यक ते सर्व प्रकारचे उपचार तिच्यावर पूर्ण केले गेले आहेत.

असेच रामूचेही एक प्रकरण होते. त्याला त्याच्या आईवडिलांनी टाकून दिले कारण त्याला एक मोठे शारीरिक व्यंग होते. ज्यामुळे त्याच्या शरीरातून नैसर्गिकपणे शौच बाहेर पडत नव्हते. पालकांनी आतड्यांवरील शस्त्रक्रिया करण्याचा (कोलोस्टोमी) प्रयत्न केला होता पण ती यशस्वी झाली नाही आणि ती महाग पण असणार. लक्ष्मी यांनी ते मूल योग्य त्या उपचारासाठी उदयनमध्ये घेतले आणि लवकरच रामूला एका दयाळू आणि चांगल्या काळजी घेणाऱ्या दांपत्याने दत्तक घेतले. त्यांनी रामूसाठी आवश्यक त्या सर्व उपचारांची व्यवस्था केली आणि त्याने लवकरच नेहमीचे आयुष्य जगायला सुरुवात केली.

दत्तक केंद्रातील या दोन दशकांमध्ये लक्ष्मी खूप मुलांच्या पुनर्वसनामध्ये सहभागी आहेत. ह्या मुलांसाठी कायमच त्यांनी चमत्कार घडवले आहेत आणि बहुतांश प्रकरणांमध्ये अगदी चांगल्या घरातल्या सर्वसामान्य भारतीय मुलांना ज्या प्रकारचे राहणीमान मिळते, त्यापेक्षा चांगले आयुष्य त्या मुलांना मिळाले आहे. परदेशस्थ पालकांकडून खूप मुले दत्तक घेतली गेली आहेत आणि युरोप अमेरिकेतल्या घरात राहून त्यांनी चांगल्या दर्जाचे शिक्षण घेतले आहे. त्यामुळे जीवनात यशस्वी होण्याची आणि कुटुंबवत्सल होण्याची संधी त्यांना मिळाली आहे.

कित्येक वर्षे जी मुले त्यांच्याबरोबर होती, लक्ष्मींना त्यांची पत्रं सतत येत असत अगदी त्यांनी उदयन सोडल्यानंतरसुद्धा! त्यापैकी बहुतेक पत्रे त्या मुलांना त्यांनी आनंदी घर मिळवून देण्सास मदत केल्याबद्दल आभार मानणारीच असत. परंतु अशीही खूप पत्रे होती, ज्यात मुलांनी त्यांच्या मूळ आईवडिलांना भेटण्याची विनंती केलेली होती. ही पत्रे लक्ष्मींना खूप निराश करत कारण जरी त्या मुलांच्या आईवडिलांना भेटण्याच्या इच्छेबद्दल त्यांना आस्था वाटली तरी दत्तक प्रक्रियेतला एक हळवा असा शिष्टाचार सांभाळण्याबाबत आणि मूळ आईवडील आणि नवे आईवडील यांच्या भावनाही त्यांना सांभाळाव्या लागायच्या. एक मुलगा दत्तक केंद्रामध्ये खूप भयानक परिस्थितीत आणला गेला होता. नंतर एका युरोपियन दांपत्याने त्याला दत्तक घेतले. नंतर त्यांनी उदयनची विचारपूस करणारे एक मोठे भावपूर्ण

पत्र लक्ष्मींना लिहिले आणि विचारले, 'मुलं जेव्हा सोडून जातात तेव्हा तुम्हाला कसे वाटते? आनंद होतो की दुःख?' लक्ष्मींनी उत्तर लिहिले, 'हे बंध खूप मजबूत आहेत. मी आनंदी आणि दुःखी दोन्हीही असते. मी आनंदी असते कारण मला हे माहिती असते की हे मूल चांगल्या घरी चालले आहे. आणि दुःख हे थोड्या काळाकरताच असतं कारण इथे बाकीची मुलंपण असतात, ज्यांच्याकडे लक्ष देण्याची आणि ज्यांची काळजी घेण्याची गरज असते.' हेच त्यांच्या कामाकडे बघण्याच्या दृष्टिकोनाचे सार आहे.

२००३ मध्ये लक्ष्मींनी उदयन सोडले. तिथल्या २० वर्षांच्या काळात त्यांनी विविध आव्हानांना तोंड दिले. अत्यंत समृद्ध असा अनुभव आणि मजबूत आत्मविश्वास मिळवला. स्वतःची संस्था उभी करण्यासाठी त्यांना स्वतःची तयारी झाली असे वाटले. एसओएसपेक्षा त्यांना स्वतःच्या कल्पना आणि मूल्यांच्या आधारावर स्वतःची संस्था उभी करायची होती. अर्थात एसओएसने त्यांना उदयन चालवण्यासाठी पूर्ण स्वातंत्र्य दिले होते कारण त्यांच्याकडे असाधारण अशी क्षमता होती. त्याची पुरेपूर प्रशंसाही होत होती. पण तुम्हाला पूर्ण स्वातंत्र्य दिलेलं असणं आणि तुम्ही प्रत्यक्ष मालक असणं, यात पुष्कळ फरक आहे. लक्ष्मी यांनी स्पोवॅक (SPOWAC) सोसायटी फॉर द प्रोटेक्शन ऑफ विमेन अँड चिल्ड्रनच्या उभारणीसाठी लक्ष आणि वेळ द्यायला सुरुवात केली. त्यांच्या एसओएसच्या शेवटच्या वर्षांत स्पोवॅकची स्वयंसेवी संस्था म्हणून नोंदणीही झाली होती. या संस्थेचा मुख्य उद्देश होता तरुण कुमारी मातांना आणि त्यांच्या मुलांना आधार देणे. ह्यामध्ये तरुण मातांचे प्रशिक्षणाद्वारे पुनर्वसन, समुपदेशन होते आणि त्यांना सक्षम बनवून आयुष्याला तोंड देता यावे व त्यांच्या मुलांच्या निगराणीची व्यवस्था असे उपक्रम होते. समाजामध्ये असहिष्णुतेने वागण्याचा परिणाम काय होतो, याबाबत जागृती निर्माण करणे, तसेच आधुनिक स्वातंत्र्याच्या कल्पनांचा पुरस्कार यामध्ये समाविष्ट होता ज्यायोगे भावी पिढ्या एक सुसंस्कृत नागरी जीवन जगू शकतील. नंतर दिल्ली सरकारसारख्या काही मोठ्या देणगीदारांचा आधार मिळावा म्हणून आणखी काही सामाजिक प्रश्नांचा समावेश झाल्याने स्पोवॅकची उद्दिष्टे खूपच विस्तारली. तरीसुद्धा स्पोवॅकचे मुख्य उद्दिष्ट सातत्याने तरुण कुमारी मातांची आणि त्यांच्या मुलांची काळजी घेणे हेच राहिले.

स्पोवॅकच्या उद्दिष्टांची खूप प्रशंसा झाली तरी संस्था स्थापण्यासाठी आणि तिचे उपक्रम चालवण्यासाठी जो पैसा लागतो तो लक्ष्मी यांच्या आवाक्याबाहेरचा होता. खरंतर तिच्याकडे दुःखदायक परिस्थितीतील स्त्रियांचे सक्षमीकरण करण्याची आणि असहाय्य मुलांना आधार देण्याच्या प्रबळ इच्छाशक्ती आणि उत्कट इच्छेखेरीज दुसरे कोणतेही साधन नव्हते. सुदैवाने मानवी कल्याणाशी संबंधित असलेल्या संस्था आणि सरकार यांच्याकडून प्रशंसा आणि पसंतीची पावती मिळाल्यामुळे देणग्यांचा आणि इतर स्वरूपातील मदतीचा कायम पाठिंबा

मिळत राहिला. उदाहरणार्थ आंतरराष्ट्रीय रोटरीशी संलग्न इनर व्हील क्लबची सक्रिय सदस्य असल्यामुळे स्पोवॅकच्या प्रकल्पांसाठी मदत मिळवण्यासाठी लक्ष्मी यांनी, इनर व्हील क्लबशी असलेल्या आपल्या संबंधाचा पुरेपूर वापर करून घेतला. त्याचप्रमाणे दिल्लीच्या मध्यवर्ती भागात पहाडगंज येथे गरीब आणि गजबजलेल्या वस्तीतील मुल्तानी धांदा येथील सामाजिक केंद्रात काही जागा स्पोवॅकसाठी दिल्ली महानगरपालिकेने द्यावी, यासाठी त्यांचे मन वळवणेसुद्धा लक्ष्मींना शक्य झाले. ह्या सर्व पाठिंब्यांमुळे स्पोवॅकला एक संस्था आणि त्याच्या पायाभूत सुविधा निर्माण करणे शक्य झाले आणि कल्याणकारी कार्यक्रमांची सुरुवात करणेही सोपे झाले.

२००६ मध्ये दिल्ली सरकारने दिल्लीच्या मध्यवर्ती जिल्ह्यामधल्या समाजातल्या अतिसंवेदनाशील विभागासाठी सरकारच्या ज्या कल्याणकारी योजना होत्या त्याच्या अंमलबजावणीसाठी स्पोवॅकची मध्यवर्ती संस्था म्हणून निवड केली. स्पोवॅकच्या मुल्तानी धांदा कार्यालयातून या योजना राबवल्या जातात. सर्व योजनांचे काम एकाच कार्यालयातून होणे, हे मध्यवर्ती दिल्लीतल्या गरिबांसाठी खूपच फायदेशीर ठरले आहे. ह्या कार्यालयात एक मदत केंद्र आहे, ते अनेक वेगवेगळ्या योजनांसाठी एकाच ठिकाणी सर्व मार्गदर्शन दिले जाते. ह्या टेबलावरूनच फॉर्म भरण्यासाठी मदत केली जाते, त्याची छाननी केली जाते आणि योग्य अधिकाऱ्यांकडे हे अर्ज पाठवलेही जातात.

मुल्तानी धांदा येथील स्पोवॅकच्या छोट्याशा कार्यालयातून, तरुण कुमारी मातांनी आर्थिकदृष्ट्या स्वतंत्र व्हावे म्हणून त्यांच्या सक्षमीकरणासाठी व्यावसायिक प्रशिक्षण आणि कौशल्यांचा विकास करणारे अभ्यासक्रम, यासारख्या कितीतरी प्रमुख कल्याणकारी योजनांची सुरुवात झाली आहे. सहा महिन्यांच्या या अभ्यासक्रमात शिवणकाम, कशिदाकाम, सौंदर्यसेवा, मेंदी काढणे, संगणकसाक्षरता, पाककला आणि विविध कला आणि कौशल्ये यांचा समावेश आहे. ज्या मुलींचे शिक्षण झालेले नाही किंवा त्यांनी शाळा सोडली आहे त्यांना अनौपचारिक शिक्षणाच्या वर्गांना हजेरी लावण्यासाठी प्रोत्साहन दिले जाते. त्यामुळे गरजेपुरती साक्षरता मिळते. ह्या मुलींच्या आयुष्यात सामाजिक जाणीव आणण्यासाठी स्पोवॅक स्नेहसंमेलने, सफरी आणि सहलींचे आयोजन करते. एका पुनर्वसनाच्या उपक्रमाद्वारे त्यांच्या मुलांची काळजी घेतली जाते. ज्यामध्ये दत्तक पालक आणि दत्तक घरांची व्यवस्था करण्याचा आणि मुलांना पालकांकडे परत पाठवण्याचा पण समावेश केला जातो. स्पोवॅक विविध ठिकाणी, मुलांनी गृहपाठ करावा यासाठी आणि त्यांची अभ्यासातली आवड वाढावी यासाठीचा उपाय म्हणून शिकवणी वर्ग आयोजित करते. दर आठवड्याला बाह्यरुग्ण विभागासह मोफत आरोग्य सेवा, चिकित्सालये चालवली जातात. मासिक पोषण कँपमधून कमी खर्चातील आहाराविषयी जागृती निर्माण केली जाते आणि अन्नातील पोषण मूल्ये

टिकवून ठेवणाऱ्या स्वयंपाकाच्या पद्धती शिकवल्या जातात. कायदेविषयक जागृती निर्माण करणारे कँप्स गरीब लोकांना त्यांच्या हक्कांविषयी समुपदेशन करतात आणि मोफत सल्ला पुरवतात. गरीब कुटुंबाचा सर्वसमावेशक विमा अत्यंत अल्प हप्त्यात उतरवला जातो. स्वमदत गटांतर्फे स्वयंपूर्णतेला प्रोत्साहन दिले जाते आणि स्त्रियांनी एकत्रितपणे त्यांच्या समस्या सोडवाव्यात यासाठी पुढाकार घेतला जातो. यातील काही गटांना छोट्या प्रमाणात कर्ज पुरवले जाते आणि निरोगी पर्यावरणाचा पुरस्कार करण्यासाठी काहीजण प्लॅस्टिक विरहित पिशव्यांसारख्या वस्तू तयार करतात आणि स्पोवॅक त्यांच्या विक्रीसाठी मदत करते.

स्पोवॅकला वेळोवेळी त्यांच्या कार्यक्षेत्रातील अभ्यासासाठी आणि संशोधनासाठी नेमले जाते. उदाहरणार्थ, दिल्लीतल्या ठरावीक क्षेत्रांमध्ये समाजातील अतिसंवेदनशील विभागाची माहिती तयार करण्यासाठी स्पोवॅकने एक मूलभूत सर्वेक्षण केले होते. या प्रकल्पाद्वारे घरातील व्यक्तींची भेट घेऊन त्यांच्या आर्थिक आणि सामाजिक घटकांविषयी माहिती नोंदवली गेली. ह्या प्रकारच्या कामांमुळे स्पोवॅकच्या कामाविषयी जाणीव निर्माण होण्यास मदत मिळते तसेच त्याच्या उपक्रमांसाठी निधी उभारणे सोपे जाते. स्पोवॅक त्यांच्या लोकप्रिय सांस्कृतिक कार्यक्रमांतूनही निधी उभा करते, ज्यामध्ये तरुण, नव्याने येणाऱ्या कलावंतांना संधी दिली जाते. त्यांच्यातील कितीतरी जण आता संपूर्ण भारतात प्रसिद्ध आहेत.

लक्ष्मी मुलकी खात्यात नोकरी करणाऱ्या (सिव्हिल सर्व्हिस) कुटुंबातून आलेल्या आहेत. १९५७ मध्ये मुंबईला त्यांचा जन्म झाला. सात वर्षांच्या असताना वडिलांच्या बदलीमुळे त्या दिल्लीला आल्या. त्यांचे लग्न दिल्लीतल्या एका क्लिअरींग अँन्ड फॉरवर्डिंग कंपनी व्यावसायिकाशी झाले. त्यांचे पती लक्ष्मींच्या सामाजिक व कल्याणकारी कामांमध्ये गुंतलेले नाहीत, पण तरी लक्ष्मींना त्यांचा नैतिक आधार असतो. तथापि, एकदा मात्र त्यांनी लक्ष्मीच्या एका प्रकल्पात नकळतपणे एक महत्त्वाची मदत केली होती. तीन वर्षांच्या मुलीचे एक धक्कादायक प्रकरण घडले होते, त्यासंदर्भात हे आहे. तिचा अतिशय पाशवी पद्धतीने छळ करून तिला एका पोत्यात बांधून रेल्वेच्या एका डब्यात अक्षरशः मरायला सोडले होते. पोलिसांना ती सापडली आणि त्यांनी तिला लक्ष्मींकडे आणले. ती मुलगी बरेच दिवस मानसिक धक्क्यातून सावरली नाही आणि कोणत्याही मदतीला तिने प्रतिसाद दिला नाही. ती फक्त छपराकडे एकटक सतत बधीरपणे पाहात रहायची आणि कशातही रस घेत नव्हती. जेव्हा एकदा लक्ष्मी यांचे यजमान सहज तिकडे गेले असताना त्यांनी तिला पाहिले, आणि तिच्याकडे बघून सहज एक प्रेमळ स्मितहास्य केले. या दयाळू दिसणाऱ्या माणसाच्या एका स्मित हास्याने नवल घडले. ती तिच्या आजूबाजूला घडणाऱ्या गोष्टींत रस घेऊ लागली आणि घेतलेल्या काळजीला प्रतिसाद देऊ लागली. तिच्या वेदनेने भरलेल्या भूतकाळात तिला

अशा प्रकारचे स्मितहास्य अनुभवायलाच मिळाले नव्हते. त्या मुलीला नाव नसल्यामुळे लक्ष्मीने तिचे नाव ठेवले सावित्री. लक्ष्मींच्या प्रेमळ देखरेखीखाली सावित्री एक मोहक, हुशार मुलगी म्हणून मोठी झाली. नंतर तिला एका स्विडिश दांपत्याने दत्तक घेतले आणि आता ती स्टॉकहोममध्ये राहते व शिक्षण घेते आहे. एका दुसऱ्या दत्तक प्रकरणासाठी लक्ष्मी जेव्हा स्वीडनला गेल्या तेव्हा खूप वर्षांनी सावित्रीला लक्ष्मींना भेटण्याचा योग आला. लक्ष्मी म्हणतात की त्यांना सावित्रीला पाहून आनंद झाला. सावित्री एक तरुण, सुंदर स्त्री म्हणून मोठी झाली होती आणि अतिशय उत्तम प्रकारे शिकत होती.

त्यांच्या सामाजिक कार्याच्या मोठ्या कारकिर्दीत लक्ष्मींनी अनेक अभ्यासपूर्ण निबंध लिहिले आहेत आणि बालकल्याणाशी संबंधित अनेक चर्चासत्रांमध्ये त्या जाणकार व्यक्ती म्हणून सहभागी झाल्या आहेच. दूरचित्रवाणीच्या कार्यक्रमातून आणि मुद्रित माध्यमांतून त्यांचा चेहरा झळकला आहे. *ब्लिसफुल पेरेंटिंग* या नावाचा एक माहितीपट त्यांनी बनवला आहे. मुलांच्या दत्तक प्रक्रियेसंदर्भातील सामाजिक आणि मानसिक प्रश्न यात हाताळला आहे. कुटुंब आणि बालकल्याणाच्या प्रश्नांमधील एक विचारवंत, एक कार्यकर्ती आणि समर्थक म्हणून लक्ष्मी यांच्याकडे आता आदराने पाहिले जाते. खरं तर लक्ष्मींच्या व्यक्तिगत विकासामध्ये परदेशी प्रवासाचा मोठा वाटा आहे. अनेक परदेशस्थ दत्तक केंद्राचा आग्रह असे की दत्तक मुलाला त्यांच्या देशात कुणीतरी आणून सोडलं पाहिजे तरच दत्तकप्रक्रिया पूर्ण होण्यास मदत होईल. अर्थातच अशा सोबतीसाठी लक्ष्मीचीच निवड होत असे. इतर देशात, त्यांच्या कार्यक्षेत्रात काय चालले आहे, हे जाणून घेण्यासाठी लक्ष्मी या संधीचा वापर करून घेतात. त्याचप्रमाणे त्या ठिकाणी राहत असलेल्या आणि आधी त्यांनी सांभाळलेल्या मुलांना भेटतात. लक्ष्मी यांना या प्रवासामुळे अभागी मुलांच्या कल्याणाबाबत, अद्ययावत आणि सर्वोत्तम प्रघाताबद्दल माहिती मिळत असे.

लक्ष्मी करत असलेल्या कामामध्ये ज्या सामाजिक आणि सांस्कृतिक आव्हानांना स्त्रियांना तोंड द्यावे लागते त्याविषयी लक्ष्मी म्हणतात, 'नियंत्रण कार्यालयातल्या तपासणी अधिकाऱ्यांसारखे दुय्यम दर्जाचे नोकरशहा आणि अंमलबजावणी करणारे अधिकारी जेव्हा स्त्रियांना वाईट वागणूक देतात तेव्हा त्यांच्याशी कसे वागायचे हे आव्हान असते. स्त्रियांकडे 'वाईट' हेतूने बघणे आणि त्यांना अयोग्य रीतीने खुणावणे अशा कितीतरी वाईट घटनांविषयी त्या बोलतात. जरी या विषयी बोलले जात नसले तरी ही वागणूक मोठ्या प्रमाणावर दिली जाते आहे. त्यांना असा विश्वास वाटतो की स्त्रीला एखाद्या संस्थेकडून संरक्षण मिळाले आहे असे सगळीकडे माहिती झाले असेल तर अशा सैतानांशी सामना करणे सोपे जाते आणि मग अशा गैरवर्तणुकीला निश्चितपणे शिक्षा मिळते.'

स्पोवॅकमध्ये तिच्या कळकळ आणि करुणेत सहभागी होऊन कामाला वाहून घेणाऱ्या कर्मचाऱ्याची एक संघटना निर्माण झाली आहे आहे. तिचा मुलगा श्रीराम पदवीधर आहे आणि तो आता मुल्तानी धांदा येथील कार्यालयात काम करतो. तो मनापासून आणि झोकून देऊन काम करतो. एका हुशार तरुण माणसाला स्वतःची कारकीर्द सुरू करण्यासाठी इथे पुरेशा संधी व साधने नाहीत असे लक्ष्मींना वाटते. तरीसुद्धा श्रीराम समाजकल्याणकारी कामे करण्यात बऱ्यापैकी समाधानी दिसतो आणि काही उद्योगांची छोटी, कमी वेळात होणारी कामे घेऊन त्याच्या उत्पन्नाला हातभार लावतो. याच अनुषंगाने स्पोवॅक समान ध्येय ठेवणाऱ्या इतर सामाजिक, कल्याणकारी संस्थांच्या बरोबरीने काम करते. बिझनेस स्कूल्समधले व्यवस्थापन शास्त्राचे विद्यार्थी स्पोवॅककडे उमेदवारीकरता येतात. हे विद्यार्थीदशेतले सामाजिक कार्यकर्ते आणि स्वयंसेवक हा स्पोवॅक संस्थेचाच एक भाग आहे.

भावी काळ

आता स्पोवॅककडे पायाभूत सुविधा आहेत. विविध प्रकारचे कार्यक्रम, खासकरून स्त्रियांचे सक्षमीकरण आणि वंचित मुलांची काळजी घेणे या संदर्भातले कार्यक्रम घेण्याचा अनुभव संस्थेकडे आहे म्हणून लक्ष्मी स्पोवॅकच्या भावी काळातील विकासाचा विचार करत आहेत. त्यांची अशी इच्छा आहे की हळूहळू स्पोवॅकची विचारसरणी आणि ध्येय भारतातल्या अनेक भागात पसरावे.

लक्ष्मी कृष्णन यांना असा विश्वास वाटतो की त्यांच्या या प्रकारच्या कार्यामध्ये एखाद्या प्रकल्पाचा विस्तार करण्यापेक्षा त्या यशस्वी प्रकल्पांची हुबेहुब नक्कल तयार करणेच जास्त परिणामकारक आहे. या प्रक्रियेला चालना देण्यासाठी स्पोवॅकची प्रतिकृती निर्माण करण्यास चालना मिळावी म्हणून भारतातील इतर राज्यांतील समविचारी माणसांचा या कार्यकारी मंडळात अंतर्भाव केला आहे. विशेषतः जो भाग देशाच्या धमन्यांचे केंद्रस्थान आहे असे लक्ष्मींना वाटते त्या ग्रामीण भागात हे व्हावे (अशी त्यांची इच्छा आहे) ह्या प्रक्रियेची सुरुवात हरियाणातील पलवल जिल्ह्यातील एका छोट्या खेड्यात एक कल्याणकारी केंद्र स्थापून करण्यात आली. हे केंद्र शिक्षण, आरोग्य आणि स्वच्छता यावर आपले लक्ष केंद्रित करते. स्पोवॅकचे दुसरे प्रकल्प केंद्र, दिल्लीच्या दक्षिण भागात द्वारकेजवळ एका गरीब आणि गजबलेल्या पुनर्वसन वसाहतीत आहे. आणि त्याच प्रकारचे कल्याणकारी उपक्रम स्थानिक नगरपालिकेने उपलब्ध करून दिलेल्या बस्ती विकास केंद्राच्या आवारात घेतले जातील. इतर ठिकाणच्या स्थानिक केंद्रांना आर्थिक मदत करण्यासाठी राज्य सरकार किंवा लोकहितैषी

संस्था किंवा उद्योगपतींच्या पाठिंब्याची गरज आहे. अशा प्रकारचे आश्रयदाते शोधणं, हे लक्ष्मींचे मुख्य काम आहे. खरं पाहता, स्पोवॅकच्या उपक्रमांसाठी आश्रयदाते शोधणं, हे एक असं आव्हान आहे ज्याला लक्ष्मी यांना सातत्याने तोंड द्यावे लागते. यात लक्ष्मींचा फारच वेळ जातो. सुदैवाने त्यांना आकर्षक व्यक्तिमत्वाची दैवी देणगी लाभली आहे आणि जेव्हा याला कार्याप्रतिच्या निष्ठेची आणि प्रामाणिकपणाची जोड मिळते तेव्हा त्या एक आग्रही, मन वळवणाऱ्या आणि परिणामकारकरीत्या निधी उभारणाऱ्या संस्थापक बनतात.

त्यांनी त्यांचे आयुष्य समाजकार्याला वाहून घेण्याचे का ठरवले, असे विचारले असता लक्ष्मी हसतात, 'या वेळेची परतफेड म्हणून जे आत्मिक समाधान मिळते त्या बरोबरीने, दरदिवशी खूप काम करून जी शारीरिक दमणूक होते. त्यामुळे प्रत्येक रात्री शांत झोप लागते; आणि हे सर्वांत मोठ्ठे बक्षीस आहे!'

त्यांना हेही पटलेलं आहे की त्यांच्या कारकिर्दीचा विकास त्यांच्या नशिबाने झाला आहे. त्यांनी कधीच काही मुद्दाम ठरवून केले नाही, त्यांची कारकीर्द पुढे जात राहिली; काही अंशी त्यांनी त्यांची कारकीर्द आपोआप उलगडू दिली. तत्त्वतः ज्या जागेवर त्यांना नेमलं तो हुद्दा त्यांनी स्वीकारला आणि त्याच्यातून जास्तीत जास्त उत्तम ते घडवून दाखवले.

4

सुधा सास्त्री

मानवी संसाधन सल्ला आणि मार्गदर्शन

एमबीएचे विद्यार्थी नेहमीच असं म्हणतात की कामाचा थोडासा अनुभव घेतल्यानंतरच त्यांना स्वतःचा व्यवसाय सुरू करायला आवडेल; पण तरीही प्रत्यक्षात मात्र काहींनाच हे जमतं. कुटुंबाच्या वाढत्या जबाबदाऱ्या आणि नोकरीत मिळणाऱ्या नियमित पगारामुळे येणारी सुरक्षितता, या कारणांमुळे त्यांना नोकरी चालू ठेवण्याचा मोह होतो. सुधा मात्र एक

अशी एमबीएची विद्यार्थिनी आहे जिने प्रथम काही वर्षे उद्योगविश्वात कामाचा अनुभव मिळवला आणि मग स्वतःचा व्यवसाय सुरू केला पण हे सर्व अगदी ठरवल्याप्रमाणे झाले नाही. वस्तुतः सरतेशेवटी व्यवसायामध्ये स्थिर होण्याआधी तिच्या कारकिर्दीने खूप वळणं घेतली तसेच स्थित्यंतरंही सोसली.

सुधा इनपुट्सची संस्थापक आणि अध्यक्ष आहे. इनपुट्स ही एक मानवी संसाधनविषयक (एच.आर.) प्रश्नांवर उपाय सुचविणारी आघाडीची संस्था आहे. आणि ती खासकरून छोट्या आणि मध्यम आकाराच्या (एस.एम.ई.) उद्योगधंद्यासाठी काम करते. मानवी संसाधनातील परिवर्तनाची ताकद वापरून कर्मचाऱ्यांची नियुक्ती, त्यांना सांभाळून टिकवून ठेवणे आणि त्यांची प्रतिभा फुलवणे त्याचप्रमाणे कंपनीच्या विकासासाठी बदल घडवून आणणे, या आव्हानांवर मात करण्यास इनपुट्स मदत करते.

परंतु, १९९० च्या पूर्वार्धात जेव्हा सुधाने पहिल्यांदा कामाला सुरुवात केली तेव्हा ती भारतीय मुक्त अर्थव्यवस्थेचा फायदा घेऊन भारतात प्रस्थापित होऊ पाहणाऱ्या माहिती आणि तंत्रज्ञान व दूरसंचार विभागातल्या मोठ्या, बहुराष्ट्रीय उद्योगांना सहाय्य करण्याच्या व्यवसायात होती. तिच्या ग्राहकांमध्ये तेव्हा स्वतःच्या क्षेत्रात आघाडीवर असलेल्या मोठ्या आंतरराष्ट्रीय उद्योगांचा समावेश होता. उदा. ओरॅकल, मायक्रोसॉफ्ट, सन मायक्रोसिस्टिम्स, इंटेल आणि जी.ई. मनी.

भारतीय अर्थव्यवस्थेमध्ये जेव्हा विकासाच्या नवीन संधी चालून आल्या आणि छोट्या व मध्यम आकाराच्या उद्योग विभागामध्ये भरीव प्रगतीच्या खुणा दिसू लागल्या तेव्हा सुधाने आपले लक्ष परदेशस्थ बहुराष्ट्रीय उद्योगांकडून (एम.एन.सी.) भारतीय छोट्या आणि मध्यम (एस.एम.ई.) आकारांच्या उद्योगांकडे वळवले. प्रामुख्याने व्यवस्थापनातल्या काही विशिष्ट त्रुटींमुळे अनेक छोट्या व मध्यम आकाराच्या उद्योगांना या विस्तृत परस्परहितैषी क्षेत्रामध्ये स्वतःची उन्नती साधणे कठीण वाटत होते; सुधाचे ध्येय या त्रुटी ओळखणे होते आणि त्यांवर मात करण्यासाठी त्यांना मदत करणेही होते. ती म्हणते, 'नवीन उद्योजकांनी सुरू केलेल्या, विशेषतः माहिती आणि तंत्रज्ञान विभागातल्या, त्यांना सेवा पुरवणाऱ्या, तसेच दूरसंचार, शिक्षण, आणि आरोग्यविषयक स्टार्टअप्सची झपाट्याने वाढ होते. पण जशी त्यांच्या उत्पादनाची वार्षिक उलाढाल एक कोटीच्या घरात जाऊ लागते तसे त्यांना कर्मचाऱ्यांच्या समस्यांशी झगडावे लागते. या समस्या योग्य प्रकारे हाताळून त्यांचे संभाव्य सामर्थ्य त्यांच्या लक्षात आणून देण्यासाठी या उद्योगांना मदत करण्याच्या मोठ्या संधी मला इथे दिसल्या.'

जडणघडणीचा काळ

सुधाचे बालपण आणि शालेय जीवन जमशेदपूरमध्ये गेले. तिचे वडील टिस्कोमध्ये (टाटा आर्यन अँड स्टील कंपनी) औद्योगिक अभियांत्रिकीचे विभाग प्रमुख होते. ते तत्त्वनिष्ठ गृहस्थ होते, लाभांश (बक्षिसे, रोख रक्कम, बढती इ. इन्सेन्टिव्हज) ठरवण्यासारख्या वादग्रस्त आणि व्यवस्थापन व कामगार यांना उत्तेजित करणाऱ्या विषयांना हाताळण्याच्या त्यांच्या प्रगल्भतेमुळे त्यांनी टिस्कोचे व्यवस्थापन आणि टाटा वर्कर्स युनियन या दोहोंमध्ये प्रतिष्ठा मिळवली होती. तिच्या कामामध्ये जी मूल्यव्यवस्था आहे ती वडिलांकडे बघतबघतच विकसित झाली असे सुधा म्हणते. उदाहरणार्थ, ठाम विरोधी मते असतानासुद्धा आपल्याला जे बरोबर वाटते त्या गोष्टीचाच कैवार घेणे ती त्यांच्याकडूनच शिकली. सुधाची आई जमशेदपूरमधल्या एका शाळेत उपप्राचार्य आणि भौतिकशास्त्राची शिक्षिका होती. तिच्या दोन भावांपैकी एक कोलकत्याच्या भारतीय व्यवस्थापन संस्था (आय.आय.एम.) आणि चेन्नईच्या भारतीय तंत्रज्ञान संस्थेत (आय.आय.टी.) शिकला. आणि व्हॉर्टन येथून पीएच.डी. मिळवल्यानंतर त्याने हार्वर्ड बिझनेस स्कूलमध्ये अंशकालीन प्राध्यापक म्हणून नोकरी केली. तिचा दुसरा भाऊ अहमदाबादच्या भारतीय व्यवस्थापन संस्थेत (आय.आय.एम.) शिकला आणि त्याने काही अव्वल दर्जाच्या बँकांमध्ये काम केले आणि मग मुंबईच्या एका इन्व्हेस्टमेंट बँकेत भागीदार झाला. ही कौटुंबिक पार्श्वभूमी एखाद्या सर्वसामान्य झगडणाऱ्या महिला उद्योजकाची नसेलही, पण सुधाच्या काहीशा असामान्य धाडसाचे अंशतः स्पष्टीकरण देणारी नक्कीच आहे.

१९८३ ते १९८५ च्या दरम्यान सुधा कोलकत्याच्या आय.आय.एम.मध्ये व्यवस्थापन शास्त्र शिकली. त्या काळी दोन वर्षांच्या व्यवस्थापनाच्या अभ्यासक्रमासाठी विद्यार्थी त्यांचा वैकल्पिक विषय दुसऱ्या वर्षी निवडत असत. सुधाने सुरुवातीला वित्त हा वैकल्पिक विषय म्हणून निवडला कारण तिला वाटले, याच क्षेत्रात करियर करावे. त्या काळी, एम.बी.ए.च्या विद्यार्थ्यांमध्ये मानवी संसाधन विकास (एच.आर.) हा पर्याय फारसा लोकप्रिय नव्हता. बहुतेकजण वित्त (फायनान्स) किंवा विपणनशास्त्र (मार्केटिंग) या विषयांना पसंती देत असत कारण त्यांना त्यामध्ये नोकरी मिळण्याच्या शक्यता जास्त आहेत असे वाटे. परंतु कोलकत्याच्या आयआयएममध्ये सुधाला कळले की मानवी संसाधनासारखे लोकाभिमुख विषय आता खूपच व्यावसायिक दृष्टीने हाताळले जातात आणि त्यातून फायदेशीर कारकीर्द घडवणे शक्य आहे. तिला लवकरच याची जाणीव झाली की मानवी संसाधनासारख्या विषयाबद्दल तिला ओढ आहे आणि तिला या क्षेत्रात काम करायला आवडेल. संस्थेत शिकत असताना कँपस प्लेसमेंटद्वारे तिला नवी दिल्लीतील आयशर इंडिया लिमिटेड या कंपनीच्या

मानवी संसाधन आणि विकास विभागात पद मिळाले आणि या नोकरीत तिला आनंद मिळाला. तिला असे आढळून आले की आयशर कंपनी ही मानवी संसाधन व्यवहाराबाबत खूपच जागरूक आहे. आणि मानवी संसाधन या विषयाची निवड करण्याचा तिचा निर्णय बरोबर होता, हे तिला पटले. तिला आठवते, तेव्हा आयशरमध्ये मानवी संसाधन व्यवहाराचे नियम ठरवणाऱ्या अनिल सचदेव यांच्यासारख्या आघाडीच्या व्यावसायिकाबरोबर काम करत असताना त्यांच्याकडून ती बरेच शिकली.

१९८६ मध्ये सुधाने श्रीकांत शास्त्रीशी लग्न केले. कोलकत्याच्या व्यवस्थापन संस्थेत तो तिचा वर्गमित्र होता आणि लग्नाच्या वेळी तो पाँड्समध्ये विपणन व्यवस्थापक होता. श्रीकांत त्यावेळी चेन्नईमध्ये होता आणि सुधाने त्यांच्या नवीन संसारासाठी आयशरचा राजीनामा दिला. चेन्नईमध्ये परिवर्तनाच्या व्यवस्थापनात विशेष काम केलेल्या एका मानवी संसाधन आणि संस्थात्मक विकासात सल्ला मार्गदर्शन देणाऱ्या कंपनीत सुधा दाखल झाली. त्या वेळच्या इतर कंपन्यांप्रमाणेच ही कंपनी बदलाशी जुळवून घेण्यासाठी उद्योगविश्वास धोरणे, रचना आणि व्यवस्था यांच्याशी संबंधित शिफारशी करत असे. पण त्या शिफारशींच्या अंमलबजावणीत गुंतत नसे. सुधाला तिथे काम करण्यात काही मजा आली नाही कारण एखादी कल्पना रुजवणे, त्याप्रमाणे योजना आखणे, संबधितांसाठी व्यवहार निश्चित करणे यातून परिवर्तन कार्यक्रमांच्या सर्व पैलूंमध्ये गुंतणे आणि मग तो बदल घडत असताना त्या संस्थांतर्गत कामात गुंतावे लागले तरी तसे करणे, अशा प्रकारे कोणत्याही प्रश्नांमध्ये सुरुवातीपासून शेवटपर्यंत गुंतून राहणेच तिला आवडत होते.

सुदैवाने, चेन्नईत सहा महिने राहिल्यानंतर श्रीकांतची बदली नवी दिल्लीला झाली आणि दोघेही पुन्हा परत आले. नवी दिल्लीतील परटेक कॉम्प्यूटर्समध्ये सुधा दाखल झाली. ही नवनवीन उपक्रम करणारी एक स्टार्टअप कंपनी होती. परटेकचा मानवी संसाधन सेवा विभाग दोन प्रकारे विभागला गेला होता: एक मानवी संसाधन व्यवस्थापन आणि मानवी संसाधन विकास. पहिल्यामध्ये कर्मचारी प्रशासन अंतर्भूत होते, तर दुसऱ्याचा, योजना आखणे व धोरणे ठरवणे याच्याशी संबंध होता. सुधा दुसऱ्या विभागाची प्रमुख झाली आणि तिच्या कल्पना अमलात आणण्यासाठी तिला पुष्कळ स्वातंत्र्य देण्यात आले. तिला या कामातून खूप आनंद मिळत होता. खरं पाहता या स्टार्टअपच्या नावीन्यपूर्ण आणि मोकळ्या विचारांच्या वातावरणामुळे सुधाला एक उद्योजिका म्हणून स्वतःची एक स्टार्टअप चालू करावी या कल्पनेचे आकर्षण वाटले.

१९९० मध्ये सुधाला पहिले मूल झाले. ते एक गुंतागुंतीचे आणि अपुऱ्या दिवसांचे बाळंतपण होते, आणि बाळ सतत आजारी असे. बाळाची सेवाशुश्रूषा करणे हे तिच्या आयुष्यातले सर्वांत महत्त्वाचे काम होऊन बसले आणि त्यात बराच वेळ जाई. तेव्हा ती

अजूनही परटेकच्या नोकरीत होती. तिने त्यांचे प्रशिक्षणाचे कार्यक्रम घरून चालवणे सुरू ठेवावे, या अटीवर व्यवस्थापन सहानुभूतीपूर्वक तिला एक वर्षांची रजा द्यायला तयार झाले. नोकरी करणाऱ्या मातांच्या परिस्थितीबाबत सुधा किती हळवी होती, हेच या अनुभवातून दिसते. तिने नंतर पुढे व्यवसायात घेतलेल्या निर्णयांमधूनही हेच प्रतिबिंबित झाले.

व्यवसायाची सुरुवात

१९९० मध्ये जेव्हा भारताची अर्थव्यवस्था स्वतंत्र व खुली होत होती तेव्हा अमेरिकेतल्या अनेक माहिती आणि तंत्रज्ञानातील कंपन्या भारतातील एखादा दुवा मिळतो का या शोधात होत्या. तेव्हा सुधाचे माहिती आणि तंत्रज्ञान क्षेत्रातले ज्ञान आणि मानवी संसाधनातील अनुभव यामुळे 'उपयोगी पडेल असे माणूस' म्हणून कायम सुधाच्या नावाची शिफारस होत होती. अमेरिकेतल्या माहिती आणि तंत्रज्ञान क्षेत्रातल्या कंपनीकडून मानवी संसाधनाभिमुख कामांसाठी तिला दूरध्वनी यायला सुरुवात झाली. एक दिवस एका मित्राने फोन करून विचारले की एटी अँड टी (अमेरिकन टेलीग्राफ आणि टेलीकॉम) कंपनीमध्ये मुख्य व्यवस्थापक नेमण्यासाठी ती मदत करू शकते का? अशा प्रकारच्या चौकशांमुळे सुधाला स्वतःचा मार्गदर्शन सेवा उद्योग सुरू करण्याच्या अनेक शक्यता पडताळून पाहण्यासाठी उत्तेजन मिळाले. १९९२ मध्ये, अखेरीस तिने परटेक सोडले आणि इनपुट्स नावाची स्वतःची सल्ला-मार्गदर्शन सेवा सुरू केली. मुनिर्का विहारमधील तिच्या घरातूनच या व्यवसायाची मुहूर्तमेढ रोवली आणि कर्मचारी म्हणून तेव्हा तरी ती एकटीच होती.

१९९५ मध्ये स्वतःचा व्यवसाय करण्यासाठी श्रीकांतने नोकरी सोडली. कोलकत्याच्या व्यवस्थापन संस्थेत विद्यार्थी असल्यापासून त्याची महत्त्वाकांक्षा उद्योजक बनण्याची होती आणि त्याची पूर्तता करण्यासाठी उद्योगविश्वात काही अनुभव घेतल्यानंतर त्याने नोकरी सोडून दिली. त्या दिवसांबद्दल सुधा म्हणते, 'नवऱ्याच्या व्यवसायाची जोरदार सुरुवात करण्यासाठी भांडवल हवे म्हणून मी व माझ्या नवऱ्याने आमची सर्व मालमत्ता विकली होती आणि आमचा भविष्यनिर्वाहनिधीही काढून घेतला होता. त्याचा व्यवसाय हळूहळू वाढत होता त्यामुळे मी जे काही कमवत होते त्यावरच आमचा उदरनिर्वाह चालू होता.' सुधाला त्यावेळी असा प्रश्न पडला की उद्योजक होणं जास्त अवघड आहे, की उद्योजकाची बायको होणं? तिने निष्कर्ष काढला की उद्योजकाची बायको होणं जास्त अवघड आहे कारण तिला अत्यल्प माहिती मिळत असे आणि रोखीच्या व्यवहारावर तिचा कोणताही ताबा नसल्यामुळे, त्याचा दैनंदिन घर खर्चावर परिणाम होत असे.

१९९६ मध्ये, मायक्रोसॉफ्टने अमेरिकेतल्या त्यांच्या कार्यालयातून सुधाशी संपर्क साधला आणि त्यांच्या नेमणूक प्रक्रियेसाठी तिच्याकडून काही मदत मागितली. ही सुधासाठी फार मोठी संधी होती, तसेच एक महत्त्वाचा चंचूप्रवेश आणि इनपुट्ससाठी एक महत्त्वाचे वळण! तथापि आता सुधाला एका कर्मचाऱ्यांनी सुसज्ज कार्यालयाची गरज भासू लागली. इनपुट्स दक्षिण दिल्लीतल्या नेहरू प्लेस या एका आलिशान व्यापारी संकुलामधील, आपल्या नव्या कार्यालयात गेले आणि इनपुट्स ही अगदीच एका व्यक्तीची कंपनी न राहता स्वतःचे कार्यालय असणारी कंपनी झाली.

तो काळ सुधासाठी फार कठीण होता. विकासासाठी होणारा भारंभार खर्च, अगदी कमी उत्पन्न, आणि अत्यंत कठोर परिश्रम. जवळपास त्याच वेळेस सुधा दुसऱ्या वेळेला गरोदर होती आणि तिला विश्रांतीसाठी वारंवार झोपून रहावे लागे. १९९७ मध्ये तिने दुसऱ्या बाळाला जन्म दिला. ती म्हणते 'माझं पहिलं मूल वेळेआधी झालेलं होतं, पुढचंही वेळेआधी होईल म्हणून खरंतर मी तयार असायला हवं पण जेव्हा बाळ एक महिना लवकर झालं तेव्हा मी तयार नव्हते. बाळंतपणाच्या कळा सुरू झाल्या त्यादिवशी अनेक मुलाखती आधीच ठरल्या होत्या. त्यामुळे दोन कळांच्यामध्ये मी ग्राहकांशी फोनवर बोलत होते! हे गर्भारपणसुद्धा अवघड होते. मला माझा व्यवसाय बंद करण्याचा मोह झाला. पण माझ्या नवऱ्याचा व्यवसाय अजून व्यवस्थित चालत नव्हता आणि आम्हाला उत्पन्नाची गरज होती म्हणून मी काम करत राहिले.'

आव्हानांवर मात

महिला उद्योजकांना त्यांच्या व्यवसायास सुरुवात करताना आणि तो चालवताना कायमच विविध आव्हानांना तोंड द्यावे लागते. सुधालासुद्धा काही समस्या भेडसावत होत्या, ज्या तिने स्वतःची विशिष्ट पद्धत, शैली आणि दृष्टिकोन वापरून सोडवल्या.

संस्थेची उभारणी

बहुतेक महिला उद्योजकांना, त्यांच्या स्टार्टअपसाठी लागणारे योग्य उमेदवार मिळणे, हे एक आव्हान असते. ही अडचण उद्‌भवते कारण उमेदवारांना असे वाटते की हे स्टार्टअप्स लगेच आकर्षक पगार देऊ शकणार नाहीत आणि एक सुप्त भीती अशीही असते की संसार सुरू करण्यासाठी महिला उद्योजक व्यवसायाचा गाशा गुंडाळू शकतात.

सुधाने इनपुट्ससाठी एक विशिष्ट संस्थात्मक रचना तयार केली. भारतात उच्च शिक्षण, ज्ञान आणि अनुभवाने समृद्ध आणि लक्षणीय व्यवस्थापन कौशल्य असणाऱ्या स्त्रिया, लग्न आणि मूल होईपर्यंत उद्योगविश्वामध्ये चांगल्या अधिकारी पदावर काम करत असतात आणि लग्न आणि मूल झाल्यावर मात्र त्या नोकरी सोडतात, या सर्वसामान्य विश्वासावर ही रचना आधारित होती. यापैकी अनेकांकडे उत्तम असे व्यवस्थापनाचे शिक्षण, व्यावसायिक प्रशिक्षण आणि समृद्ध अनुभव असतो. अशा स्त्रियांना योग्य ते कार्यालयीन वातावरण पुरवून त्यांना घेऊन आपली संस्था तयार करायची असे सुधाने ठरवले. या 'काम करणाऱ्या आयांसाठी' कामाचे तास लवचीक असण्याची, घरून काम करण्याची आणि त्यांच्यावरील घरच्या जबाबदारीचा विचार करून त्यांना बरे वाटेल अशाच कामांची निवड करण्याची परवानगी तिने दिली.

या वेगळ्या अशा संस्थात्मक रचनेमुळे आणि कारभारामुळे सुधा प्रतिभेच्या मोठ्या जलाशयातले काही बिंदू वेचू शकली. सुधाचे कर्मचारी कामासाठी स्वतःला वाहून घेतात आणि अतिशय तत्पर असतात हे इनपुट्सच्या यशाच्या इतर अनेक कारणांपैकी एक मुख्य कारण आहे. त्यांना प्रवृत्त करणारी मुख्य गोष्ट म्हणजे कामाच्या तासांमधली लवचिकता! पण याच कारणामुळे एखाद्या कामाचे नियोजन करणेसुद्धा अवघड व्हायचे आणि कित्येकदा चांगली कामेसुद्धा नाकारावी लागली. या अनुषंगाने, टाटांनी 'सेकंड लाईफ प्लॅन' ही कल्पना विचारात घेण्याच्या कितीतरी आधी सुधाने हे धोरण अवलंबले होते. कुटुंबाची काळजी घेण्यासाठी उच्च अधिकारपद सोडलेल्या उद्योग विश्वातल्या स्त्रियांची नियुक्ती करणे हे या योजनेचे उद्दिष्ट होते.

घर आणि कुटुंबाचे व्यवस्थापन

एखाद्या व्यवसायाची जोखीम पत्करून तो चालू करताना स्वतःच्या वेळेचे कसे नियोजन करावे, हे सर्वस्वी कुटुंबाच्या दृष्टिकोनावर अवलंबून असते. स्वतःच्या कुटुंबाच्या दृष्टिकोनाबद्दल सुधा म्हणते, 'अतिशय पाठिंबा देणारे, खासकरून माझ्या सासूबाई व आई, ज्यांना माझ्या कामामुळे आयाचे काम करावे लागले. 'परंतु जरी उदरनिर्वाहासाठी कमवावे लागले तरी इतर अनेक भारतीय स्त्रियांप्रमाणेच कुटुंब आणि मुलांची जबाबदारी प्रामुख्याने माझ्यावरच होती. आणि म्हणूनच मला 'घर चालवणे' आणि 'व्यवसाय चालवणे' या दुहेरी जबाबदाऱ्यांना तोंड द्यावे लागले. व्यवसाय करताना याची किंमत वारंवार चुकवावी लागली. मुलं मोठी होत होती तेव्हा मी कामात गुंतलेली बघून त्यांना आनंद होत असे. माझा नवरा

श्रीकांत हा माझ्या व्यवसायाच्या पाठीशी नेहमीच खंबीरपणे उभा राहिला, काही अंशी याचे कारण त्याची उद्योजकतेची आवड, हेसुद्धा आहे.

सुदैवाने 'काय केल्याने आनंद मिळतो' या बाबत सुधाची आणि तिच्या नवऱ्याची मते आणि मूल्ये जुळतात. झटपट खूप पैसे मिळवणं हा दोघांच्याही ध्येयाचा भाग नव्हता.

भांडवल उभारणी आणि नोकरशाहीतील अडथळ्यांवर मात

भारतातल्या बँका स्त्रीउद्योजकांकडे नेहमी धोकादायक ग्राहक म्हणून पाहतात. परंतु, सुधाने तिचा व्यवसाय अशा पद्धतीने सांभाळला की तिला बाहेरच्या भांडवलावर अवलंबून राहावे लागले नाही आणि म्हणून संशयी बँक व्यवस्थापकांपुढे स्वतःची बाजू लढवण्याच्या लाजिरवाण्या प्रसंगातून ती वाचली. नोकरशाहीमुळे येणाऱ्या अडथळ्यांबाबत सुधा म्हणते 'व्यवसाय सुरू करण्यासाठी नोंदणी करणे, मान्यता, परवानग्या आणि परवाने मिळवणे हा नेहमीच एक भयानक अनुभव ठरू शकतो. दिल्ली महानगरपालिका, पोलिस आणि करअधिकारी यांच्याशी सामना करताना बहुतेक व्यावसायिक, केवळ होणारी छळवणूक टाळण्यासाठी लाच देण्याचा पर्याय स्वीकारतात' तथापि, याबाबींचाही सुधाशी तुलनेने कमीच संबंध आला. कारण तिच्या कामासाठी तिला सरकारी कार्यालयांचा फारसा सामना करावा लागत नसे आणि कोणत्याही परिस्थितीत, तिने ठरवले होते की, इनपुट्सचा दृष्टिकोन तत्त्वनिष्ठ वागण्यावर अवलंबून राहील.

व्यवसायाची स्थिती

इनपुट्स ग्राहकांच्या व्यवसायामध्ये मोलाची भर घालणाचे काम कसे करते? सुधाला वाटते की बाजारपेठेचे नियम कंपन्यांना बदल करण्यास भाग पाडत आहेत. पण या बदलाला सांस्कृतिक कारणांमुळे नेहमीच विरोध होतो. हा बदल चांगला असू शकतो, पण जर तो कंपनीच्या संस्कृतीविरुद्ध असेल तर त्याचा उपयोग होत नाही. सुधाला असे वाटते की, अनेक उद्योगपती त्यांच्या कंपनीच्या कामाच्या मूळ संस्कृतीकडे पुरेसे लक्ष देत नाहीत. आणि चुकीच्या धोरणात्मक निर्णयातून गैरसमज निर्माण होतात. ती म्हणते, 'तुम्ही तुमच्या नोकरदारांना कंपनीच्या कामाच्या मूलभूत संस्कृतीचे ५ विशेषणे वापरून वर्णन करायला सांगा. त्यांच्या उत्तरातील एकमताचा अभाव तुम्हाला चकित करेल.' 'प्रतिभावान व्यक्तींकडून

निवडली जाणारी कंपनी' होण्याची अनेक कंपन्यांची इच्छा असते. हे घडण्यासाठी नोकरदारांच्या महत्त्वाकांक्षा आणि कंपनीची मूल्ये यांच्यात योग्य तो ताळमेळ असायला हवा. कर्मचारी जेव्हा कंपनीच्या संस्कृतीशी पूर्णपणे समरस होऊन जातात तेव्हा ते सगळ्यात जास्त आनंदी असतात. म्हणूनच, कंपनीच्या मूलभूत संस्कृतीवर आणि दृष्टिकोनावर काम करण्याच्या बाबतीत इनपुट्स मोलाची मदत करते.

इनपुट्सची रचना अगदी साधी आहे. ती खासगी मालकीची कंपनी आहे. इनपुट्सच्या पटावर अगदी थोडेच पूर्ण वेळ कर्मचारी आहेत. व्यावसायिक मार्गदर्शनाचे काम 'काम करणाऱ्या आया' (वर्किंग मॉम्स) पाहतात. सुधा मुख्य कार्यकारी अधिकारी आहे आणि मुख्यत्वेकरून प्राथमिक व्यावसायिक वृद्धी तिच्याकडूनच केली जाते. प्रत्येक नव्या ग्राहकासाठी संबंधित सल्लागारांपैकी एक सल्लागार व्यवस्थापक (अकाऊंट मॅनेजर) म्हणून नेमला जातो. त्या ग्राहकाला दिल्या जाणाऱ्या सेवेसाठी तोच जबाबदार असतो. ग्राहकांचे समाधान आणि काम पूर्ण करून हातात देणे या दोन्ही गोष्टी धरून नेमलेल्या कामासंबंधी इतर सर्व बाबींसाठी मात्र ती जबाबदार असते आणि तिचा वाटा म्हणून तिला मिळालेल्या रकमेतील ५०% मिळतात.

व्यक्तिगत आयुष्य

सुधाच्या बाबतीत उल्लेखनीय काय आहे, तर तिची लोकाभिमुखता. लोकांची पकड घेणारी आणि त्यांचे मन वळवणारी, संभाषणचतुर तर ती आहेच शिवाय ती एक उत्सुक श्रोता पण आहे. खरं म्हणजे ती सर्वांचे दुःख ऐकणारी एक जिवलग मावशी (ॲगनी आंट) आणि उमेदवारापासून ग्राहकांपर्यंत, तसेच तिची मुले, त्यांचे मित्र, त्या मित्रांच्या आया यातील प्रत्येकाची विश्वासू जिवलग मैत्रीण आहे!

व्यवस्थापन संस्थेतल्या इतर 'नमुना छाप' विद्यार्थ्यांपेक्षा सुधा कशी वेगळी आहे? अनेक मुख्य बाबीतत तर ती त्यांच्यासारखीच आहे (त्यांच्याहून) वेगळी नाही. जिंकण्यासाठीच खेळण्यावर आणि यशावर तिचा पण भक्कम विश्वास आहे. प्रामाणिकपणा, तत्त्वनिष्ठ वर्तणूक, वेळ पाळणे आणि घेतलेली जबाबदारी पार पाडणे यासारख्या जुन्या चांगल्या मूल्यांवरसुद्धा तिचा खूप विश्वास आहे.

मानवी संबंधातील सेवा मार्गदर्शक कंपनी चालवण्याचा सुधाचा उद्योजकतेचा अनुभव तिला काही तत्त्वांच्या स्वीकाराकडे घेऊन जातो, ज्याचे ती सतत समर्थन करत असते. सर्वप्रथम, स्त्रीने व्यवसाय आणि कुटुंब यांपैकी एकाचीच निवड करण्याची गरज नाही. स्त्री

दोन्हीही करू शकते; दुसरे म्हणजे स्त्रियांनी परिस्थितीचा सामना करून त्यातून संधी निर्माण करायला हव्यात. पुरुषांप्रमाणे अतिशय रचनाबद्ध आणि नियोजित वातावरणात परिस्थिती ताब्यात ठेवण्यासारखे हे अजिबात नाही. आणि तिसरे म्हणजे, महिला उद्योजकांना रुढीप्रिय, धाडसी भांडवलदारी चौकटीच्या ओळीमध्ये सामील होण्याचे काही कारण नाही.

इच्छुक उद्योजकांसाठी सुधाचा सल्ला असा आहे की त्यांनी स्वतःचा व्यवसाय सुरू करण्याअगोदर त्यांच्या व्यवसायाशी निगडित प्रस्थापित संचाबरोबर (सेटअप) ५ किंवा ५ पेक्षा जास्त वर्षे काम करावे. तिचे अनुभव आणि इतरांबाबत तिने मिळवलेले ज्ञान यामुळे प्रत्यक्ष अनुभवाला दुसरा पर्याय नाही हे तिला पटले आहे. विशेषतः उद्योजकांच्या पहिल्या पिढीला तरी!

भावी काळ

सुधाचा असा विश्वास आहे की, इनपुट्सचे यश हे आर्थिक चढ उतारापेक्षा त्याच्या गुणात्मक सेवेवर, त्याच्या मूल्यव्यवस्थेवर आणि त्याच्या प्रामाणिकपणावर तोलले जावे. आणि छोट्या संस्थेमध्ये गुणवत्तेविषयी खात्री टिकवणे सोपे असते, म्हणून तिने मोठ्या आकाराचे लक्ष्य ठेवायचेच नाही, असे ठरवले आहे. ती म्हणते 'मोठ्यातली मोठी 'पेक्षा' उत्तमातली उत्तम' व्हावे.

सुधाला तिच्या सल्ला मार्गदर्शकांचे जाळे दुसऱ्या शहरातून पसरवायचे आहे, पण बाहेर पडून परक्या देशातून व्यवसाय मिळवण्याचा तिचा उद्देश नाही. तिला वाटते की भारत देशसुद्धा लवकरच कौशल्य विकसित करणारा केंद्रबिंदू होईल आणि इनपुट्सने कंपनींना उज्ज्वल भवितव्य आहे आणि भारतातच करण्यासारखे खूप काही आहे, त्यासाठी परकीय देशातला व्यवसाय शोधण्याची, संस्था स्थापण्याची गरज नाही.

आज सुधाकडे स्वतःचा असा यशस्वी व्यवसाय आहे आणि सुधा दुसरे काही करण्याचा विचारही करू शकत नाही. आणि दुसरीकडे कुठे नोकरी करणे तर तिच्यासाठी अशक्यच आहे. ती म्हणते, 'एवढ्या मोठ्या कामानंतर नंतर दुसऱ्या कशाचीही कल्पना करणे अशक्य आहे.' व्यवसायाकडे बघण्याचा दृष्टिकोन लवचीक असल्यामुळे सुधा अनेक गोष्टी करते. आईपणाबरोबरच ती ऑलीम्पिकसाठी प्रशिक्षण घेणाऱ्या एका मुष्टीयोद्ध्याची सल्लागारही आहे. ती व्यक्ती दुसरीतिसरी कोणी नसून 'मेरी कोम' आहेत. ती म्हणते हा तिच्या आयुष्यातील सर्वांत समाधानकारक अनुभव आहे. तिला दोन मुलगे आहेत. मोठा मुलगा अमेरिकेतल्या ब्राऊन युनिव्हर्सिटीत शिकलेला आहे आणि आता भारतातल्या बेन अँड कंपनीत काम करतो

आहे, जी नवीन पिढीची अत्यंत आवडती कंपनी आहे. धाकटा मुलगा नवी दिल्लीच्या श्रीराम स्कूलमध्ये शिकतो आहे. 'मी त्यांना आत्मनिर्भर होण्यासाठी मदत करेन! त्यांनी स्वतःच्या मनाचे ऐकावे आणि चांगला माणूस व्हावे म्हणून प्रोत्साहित करेन!'

मागच्या वीस वर्षांतील तिच्या कार्यमग्न आयुष्याकडे वळून पाहताना सुधाला त्या प्रवासाचे नवल वाटते. आकस्मिक घटनांच्या मालिकेमुळे ती उद्योजक बनली. जेव्हा तिने इनपुट्स सुरू केली तेव्हा तिच्याकडे ना व्यावसायिक दृष्टी होती ना कोणताही ठरवलेला व्यावसायिक आराखडा! ती स्वतःला 'मूलभूत व्यावसायिक' म्हणवते. विकास अनिश्चित होता. तिला आठवते, 'अमेरिकेतल्या कंपन्यांकडून प्रथम फोन आला, तेव्हा व्यवसाय सुरू करण्याचा अजिबात हेतू नव्हता. त्यावेळी काही आकस्मिक घटना घडत राहिल्या. आता मला मनापासून असे वाटते की बदलण्यासाठी स्वतःला मुक्त ठेवण्यात आणि जबरदस्तीने काही करण्यापेक्षा प्रवाहाबरोबर वाहत जाण्यात शहाणपण आहे!'

5

रितू प्रसाद

हॉस्पिटॅलिटी

रितू 'स्पिरिट'ची संस्थापक आणि मुख्य कार्यकारी संचालक आहे. नवी दिल्लीतल्या एका उच्चभ्रू भागातले स्पिरिट – हे वाइन अँड डाइन प्रकारातले एक रेस्टॉरंट आहे. (इथे जेवणासोबत वाइन मिळते.) कनॉट प्लेसच्या अंतर्भागातील २५,००० स्क्वे.फूट मोक्याची व्यापारी जागा या रेस्टॉरंटने व्यापली आहे. इथे एका वेळेस ७५ लोक बसू शकतात. इथे ५०

कर्मचारी काम करतात. या रेस्टॉरंटच्या व्यवस्थापन विभागात एक सर्वसाधारण व्यवस्थापक, विशिष्ट कामांसाठी नेमलेले इतर व्यवस्थापक आणि एक मुख्य शेफ यांची टीम आहे. भूमध्य समुद्राच्या किनाऱ्यावरील देशांतील निवडक, उत्कृष्ट खाद्यप्रकार ही या रेस्टॉरंटची खासियत आहे. आणि प्रामुख्याने भारतातील व परदेशातील व्यावसायिक अधिकाऱ्यांचा समावेश असलेला उच्च ग्राहकवर्ग इथे नियमित येत असतो.

रितूच्या उद्योजकतेच्या प्रवासात ज्या आव्हानांवर तिने मात केली आहे त्यांचा विचार करता तिचे यश कौतुकास पात्र आहे. पहिली गोष्ट म्हणजे, ती एका कडक शाकाहारी आणि दारूला स्पर्शही न करणाऱ्या रूढीप्रिय अशा जैन कुटुंबातून आली आहे. त्यामुळे मादक पेये आणि वाइन, तसेच मांसाहाराचे विविध खाद्यप्रकार (स्टेक्स अँड जॉईंटस) यांच्याशी आलेल्या तिच्या संबंधाबाबत अनेक भुवया उंचावल्या. मात्र या खाद्यप्रकारांना स्पिरिटच्या उच्च ग्राहकवर्गाची पहिली पसंती होती. दुसरी गोष्ट म्हणजे, तिला खाद्य व पेयपान सेवेतील व्यवस्थापनाचा अनुभव नव्हता. तिने कसले प्रशिक्षणही घेतले नव्हते. आणि जरी तिला स्वयंपाक करण्याची खूप आवड नव्हती तरी छान वातावरणात उत्तम खाद्यपदार्थांचा आस्वाद घेणे आवडत होते. तिसरी गोष्ट, ज्या वेळेला हे रेस्टॉरंट सुरू झाले आणि चांगले चालायला लागले नेमकी त्याच वेळी तिच्या पाठीच्या कण्याला इजा झाली आणि तिच्या शरीराचा खालचा अर्धा भाग दुबळा बनला त्यामुळे ती पंगु झाली. त्यानंतर तिला तिचा व्यवसाय चाकाच्या खुर्चीत बसूनच चालवावा लागला.

रितूच्या स्वभावातील काही ठळक वैशिष्ट्यांमुळेच ती तिच्या उद्योजकतेच्या कारकिर्दीतील आव्हानांवर मात करू शकली. तिची ठळक स्वभाववैशिष्ट्ये म्हणजे साहस, कल्पकता आणि विविधता यांची तिला प्रचंड गोडी आहे. तिच्या शारीरिक अपंगात्वामुळे जे प्रश्न उद्भवतात ते सोडवायला तिची आनंदी वृत्ती आणि विनोदी, थट्टेखोर स्वभाव तिच्या आणि तिच्या कुटुंबाच्या कामी येतो. तिच्या या स्वभावामुळे तिला एखाद्या नोकरशाही उतरंड असणाऱ्या संस्थेत कंटाळवाण्या कामाची ठरावीक दिनचर्या पाळणे फार त्रासदायक वाटते. अनेक प्रसिद्ध उद्योजकांप्रमाणेच ती तिच्या नैसर्गिक ऊर्मीवर विश्वास ठेवते. तिलासुद्धा झटपट निर्णय घ्यायला आवडतात. (या अनुषंगाने हे सांगायला हवे की, लग्न जुळवण्याच्या पद्धतीप्रमाणे रोहित प्रसादबरोबर पहिली भेट झाल्यानंतर तिने १५ मिनिटांत लग्नाला होकार दिला; जरी तिच्या कुटुंबाने तिला थोडा जास्त वेळ घेऊन आणखी भेटीगाठी करण्याचा सल्ला दिला होता तरी तिने हा झटपट निर्णय घेतला). तिला उद्योजक वृत्तीची देणगीच मिळाली आहे ज्यामुळे ती सारखी व्यवसायाच्या संधी शोधण्यास उद्युक्त होत असते. अगदी सुट्टीवर असतानासुद्धा, इथे कोणत्या संधी आहेत. असेच प्रश्न तिच्या मनात असतात.

जडणघडणीचा काळ

रितूचे शिक्षण नवी दिल्लीतल्या कॉन्व्हेंट ऑफ जिझस अँड मेरी येथे शाळेत झाले. लहान असताना तिला विज्ञानाचे फार आकर्षण वाटे. आणि तिला वैद्यकशास्त्र शिकून डॉक्टर व्हायचे होते. तिने दिल्लीच्या वैद्यकीय महाविद्यालयातच प्रवेश मिळवावा या अटीवर तिच्या वडिलांचा याला पाठिंबा होता. पण हे घडले नाही कारण त्या महाविद्यालयात काही थोडक्या जागा होत्या ज्यातील खूपशा आरक्षित होत्या. रितूने मग दिल्ली विद्यापीठाच्या लेडी श्रीराम कन्या महाविद्यालयात अर्थशास्त्राच्या पदवी अभ्यासक्रमासाठी प्रवेश घेतला. याचे मुख्य कारण असे की हा सर्वांचा आवडता अभ्यासक्रम होता आणि मित्र-मैत्रिणी व नातेवाइकांनी तिला सांगितले होते की तिच्यासारखी पार्श्वभूमी असलेल्या व्यक्तीसाठी हा अभ्यासक्रम अगदी योग्य आहे. तिला तिथे प्रवेश मिळाला पण तिला अर्थशास्त्र या विषयाची गोडी नव्हती. त्यामुळे तिला हा अभ्यासक्रम प्रचंड कंटाळवाणा वाटला आणि तिला आयुष्यात जे काही करायचे होते त्याच्याशी याचा काही संबंध नव्हता.

१९९० साली लेडी श्रीराम महाविद्यालयातून पदवी घेतल्यानंतर मुंबईच्या सिडनेहॅम इन्स्टिट्यूट ऑफ मॅनेजमेंट स्टडीजमधून रितूने व्यवस्थापनशास्त्राची पदव्युत्तर पदविका मिळवली. मुंबईत स्थलांतर म्हणजे मरीन ड्राईव्हच्या समोर तिच्या कॉलेजजवळ एक खोली भाड्याने घेऊन राहणे क्रमप्राप्त होते. तिला हे मुंबईतले वास्तव्य खूपच आवडले आणि बी. स्कूलमधली ही दोन वर्षे तिला खूप काही शिकवून गेली. इतर अनेक गोष्टींबरोबर तिला हेसुद्धा समजले की तिला विपणन आणि जाहिरात क्षेत्रात उत्तम गती आहे. तिच्यातील उद्योजकतेच्या कार्यक्षमताही प्रकट झाल्या; आणि अगदी विद्यार्थीदशेत असतानाही ती सल्लागार म्हणून काम करू लागली आणि लिंटास, ऑगिल्व्ही अँड मॅथर (ओ अँड एम.) तसेच वेगाने विक्री होणाऱ्या उत्पादन कंपन्यांसाठी कोणता ब्रँड असावा (कम्पॅरेटीव्ह ब्रॅन्ड अवेअरनेस) याचा तुलनात्मक अभ्यास केला. तिने पत्करलेली पहिली व्यावसायिक जोखीम म्हणजे ही सल्लागारांची कामे, यातून तिला हातखर्चाला जे पैसे मिळाले ते तिने मुख्यतः चांगल्या रेस्टॉरंट्समधील चांगल्या खाण्यावर खर्च केले आणि हे करत असताना तिला जे बारकावे समजले, ते तिला तिच्या नंतरच्या व्यवसायात उपयोगी पडले.

१९९२ साली सिडनेहॅमचा अभ्यासक्रम पूर्ण केल्यानंतर तिच्या वडिलांनी तिला त्यांच्या व्यवसायात त्यांच्याबरोबर काम करण्यासाठी बोलावले. त्यांचा व्यवसाय पोलाद प्रकल्पांमधील अभियांत्रिकीशी संबंधित होता. अशा प्रकारे तिच्या इतर सहकाऱ्यांप्रमाणे कॉलेजच्या आवारातूनच मिळणाऱ्या कॅम्पस प्लेसमेंट्स प्रक्रियेचा काही तिने फायदा घेतला नाही. आणि एखाद्या महत्त्वाच्या उद्योगाकडून नेमणूक पत्र न घेताच तिने कॉलेजला रामराम

ठोकला. पुढे तिला तिच्या वडिलांच्या व्यवसायात काही मजा वाटेना. कारण तिला जे आवडत होते त्याच्याशी ह्याचा काही संबंध नव्हता आणि तिच्या व्यक्तित्त्वाचे सूर तिच्या कामाबरोबर जुळेनात. खरं म्हणजे, सिडनेहॅममधून तिच्या वडिलांच्या व्यवसायाकडे वळणं हे एक मागे घेतलेलं पाऊल आहे असं तिला वाटलं होतं. (पण नंतरच्या आयुष्यात मात्र तिला हे कळणार होतं की दिल्लीला बोलावलं येणं आणि तिच्या वडिलांचा व्यवसाय सांभाळणं ही कदाचित तिच्याबाबतीत घडलेल्या अनेक उत्तम गोष्टींपैकी एक गोष्ट होती– पण त्याबद्दल नंतर!)

बी. स्कूल (बिझनेस स्कूल) मध्ये जे काही शिकवले गेले त्यासंदर्भात रितू म्हणते की हे अभ्यासक्रमातील एक कार्यकर्त्यांचा संघ कसा उभारावा, त्यांना कशी प्रेरणा द्यावी आणि त्यांचे नेतृत्व कसे करावे, एखादी गोष्ट पटवून कशी द्यावी आणि वाटाघाटी कशा कराव्यात याविषयीचे कोर्सेस तिला सगळ्यात जास्त उपयोगी वाटले. ती म्हणते, 'या अभ्यासक्रमात मानवी संसाधन आणि संस्थेच्या विकास याविषयीची तसेच माणसांबाबतची कौशल्ये शिकवतात आणि ती स्टार्टअपसाठी, खासकरून अतिथ्यसेवा-हॉस्पिटॅलिटी व्यवसायातल्या स्टार्टअपसाठी, खूपच उपयोगी पडतात.' तिच्या रेस्टॉरंटमध्ये ग्राहकसेवेला तिने किती महत्त्व दिलेलं आहे, ते आपण पाहू शकतो. तिच्या रेस्टॉरंटमधले वेटर्स जेवणाच्या यादीतल्या एखाद्या खाद्यपदार्थाचे बारीकसारीक तपशील नेहमीच्या शिरस्त्यांत बसत नसले तरी ग्राहकांना समजावून सांगतात. हे यांचे द्योतक आहे की, 'ग्राहकांना आनंद देणे' यासारख्या संकल्पना ज्याला समजल्या आहेत अशा माणसांकडून त्यांचे प्रशिक्षण झाले आहे.

बी स्कूल्समध्ये शिकवल्या जाणाऱ्या अर्थकारणातल्या बहुतेक किचकट विषयांचे स्टार्टअपच्या दृष्टीने फारच कमी व्यावहारिक मोल होते. परंतु रोख रकमेचे व्यवस्थापन यासारखे त्यामानाने कमी गुंतागुंतीचे विषय जास्त उपयोगी होते. ती व्यवहाराच्या व्यवस्थापनातील उपयुक्त संकल्पना शिकली. विशेषकरून त्या संकल्पना ज्या व्यवस्था आणि नियंत्रण याच्याशी निगडित आहेत त्याचा तिला नंतर स्वतःचा व्यवसाय सांभाळताना खूप उपयोग झाला. ती म्हणते, 'जर मी व्यवस्थापन शास्त्रात प्रावीण्य मिळवलं नसतं आणि जर पदवी मिळाल्यानंतर लगेच माझा व्यवसाय चालू केला असता तर तो चालू ठेवणं मला खूप अवघड गेलं असतं.'

एक वर्ष वडिलांच्या व्यवसायात राहिल्यानंतर तिने ठरवले की हे सोडून देऊन दिल्लीतल्या ओ अँड एमसाठी नोकरीचा अर्ज करायचा. तिची लगेच निवड झाली आणि तिला ती नोकरी मनापासून आवडली. तिच्या कामात रेकिट अँड कोलमन, सीग्राम आणि *हिन्दुस्तान टाइम्स*च्या जाहिरातींची जबाबदारी होती. तिला कामाच्या प्रदीर्घ तासांचे फारसे

काही वाटले नाही, बहुतेक वेळा दिवसातले १० तास ती काम करत असे. कारण तिला तिचे काम करताना मौज वाटत असे. तिचे काम नवीन व्यावसायिक कल्पनेबरोबर नवीन उत्पादन बाजारात आणण्याशी निगडित होते म्हणून तिथे खूप वैविध्य आणि उत्साह तसेच कल्पकतेलाही वाव असे, जे तिच्यासाठी नेहमीच महत्त्वाचे होते.

जेव्हा १९९५ साली रितूने लग्न केले तेव्हा ती तिची धावपळीची दिनचर्या थांबवेल, असेच कुटुंबाच्या गोतावळ्यातील सर्वांना वाटत होते. खरंतर इथून पुढे तिने काम करणं योग्य आहे असं ना तिच्या आईवडिलांना वाटत होतं ना तिच्या सासू-सासऱ्यांना! म्हणून मग तिने ओ अँड एमची नोकरी सोडून दिली. तिचा नवरा, रोहित प्रसाद, एक यशस्वी सनदी लेखपाल (सी.ए.) होता आणि थोडे दिवस त्याने त्याच्या भावाबरोबर भागीदारीत, एक आर्थिक सेवा देणारी कंपनी सुरू केली होती. काही काळ एक आदर्श जैन बहू म्हणून वावरल्यानंतर रितू आणि रोहितने दोन्ही कुटुंबांना हे मान्य करायला भाग पाडले की आता ती तिच्या नवऱ्याच्या आर्थिक सेवा कंपनीत काम करेल. तथापि, काही अंतर्गत कौटुंबिक प्रश्नांमुळे हे प्रत्यक्षात घडले नाही. त्यामुळे लग्नानंतर रितूकडे कोणतेही काम नव्हते.

तिची कुचंबणा लक्षात आल्यावर आणि कृतिशील राहण्याची तिची गरज ओळखून नवऱ्याने काहीतरी काम चालू करण्याच्या तिच्या प्रयत्नांना पाठिंबा दिला. शाळेतल्या मुलांसाठी उन्हाळी सुट्टीतली शिबिरे घेण्याचा उपक्रम झेव्हियर स्कूल ऑफ मॅनेजमेंटच्या माजी विद्यार्थ्यांनी 'आय.डिस्कवरी' ही एक खाजगी कंपनी सुरू करून चालू केला होता. रितूने त्यांच्या एका कामाची जबाबदारी घेतली. अशा प्रकारच्या जरा वेगळ्या स्टार्टअपबरोबर काम करण्याची संधी रितूला खूप आवडली. कारण तिच्या स्वभावाशी आणि नैसर्गिक ओढीशी त्याचे सूर जुळले; पण एका वर्षानंतर तब्येतीच्या कारणासाठी तिला ते काम सोडावे लागले.

रोहितला व्यवस्थित कळले होते की उल्हसित करणारे आणि कल्पक उपक्रम रितूसाठी आवश्यक आहेत. त्याला हे पण होते की तिच्याकडे व्यावसायिक संधी शोधण्याची तिची उपजत बुद्धी आणि त्याचा उपयोग करून घेण्याची जाण आहे. मुंबईला बी.स्कूलची विद्यार्थिनी असताना तिने हे अनुभवले होते की जाहिरात एजन्सीज आणि कंपनीज, घरगुती उत्पादनाचे (एफ.एम.सी.जी.) मार्केटिंग करत असताना तिला तिच्या अभ्यासासाठी, किती आनंदाने पैसे द्यायला तयार होत्या. हा अभ्यास, स्पर्धक कंपनीच्या उत्पादनाच्या ब्रँडना समजून घेण्यासंबंधित होता. आणि एका यशस्वी व्यावसायिक उपक्रमाचा भाग म्हणून तिने कसे सल्लागार म्हणून काम केले होते, तेही त्याच्या लक्षात होते.

व्यवसायास प्रारंभ

त्या काळी दिल्लीमध्ये मुंबईसारखी वेगळेपणामुळे उठून दिसणारी अगदी थोडीच रेस्टॉरंट्स होती. सर्वोत्तम रेस्टॉरंट्स महागड्या पंचतारांकित हॉटेल्समध्येच होती. या पंचतारांकित हॉटेल्ससारखे अवाजवी दर न देता, त्याच उच्च गुणवत्तेचे निवडक खाद्यपदार्थ दिल्लीकरांना हवे होते. त्यांनी दिलेली ही संधी रितूला दिसली. तिच्या नैसर्गिक ऊर्मीतून तिला कळले की, अशाच प्रकारचे खाद्यपदार्थ देणारे एखादे रेस्टॉरंट नक्की चांगले चालेल. तिला असेही वाटले की अशा प्रकारचे रेस्टॉरंट सुरू करायला आणि चालवायला तिला खूप मजा येईल आणि तिला त्यातून यश हाती येईल असा आत्मविश्वासही तिला वाटला. म्हणून तिने पुढे जायचे ठरवले.

बाजारपेठेचे कोणतेही औपचारिक संशोधन केले गेले नाही किंवा कोणताही प्रकल्पवृत्तान्त तयार केला गेला नाही. महत्त्वाची गोष्ट म्हणजे ती एक आंतरिक ऊर्मी होती. तरीपण रितूने स्वतः अनौपचारिक पद्धतीने काही संशोधन केले. या उपहारगृहात कोणत्या प्रकारचे खाद्यपदार्थ असतील हा प्रश्न सगळ्यात पहिल्यांदा सोडवायचा होता. दिल्लीमध्ये आधीच पुष्कळ रेस्टॉरंट्समध्ये भारतीय खाद्यपदार्थ दिले जातात याची तिने नोंद घेतली. त्याचप्रमाणे प्रामुख्याने हॉटेलमधल्या रेस्टॉरंट्समध्ये काही ठिकाणी चिनी, आणि काँटिनेंटल खाद्यपदार्थ दिले जातात. जरी उत्तर भारतीय लोकांना मध्यपूर्व देशातले खाद्यपदार्थ, खासकरून लेबेनीज खाद्यपदार्थ आवडत असले तरीसुद्धा हे खाद्यपदार्थ मिळत नव्हते हेही तिच्या लक्षात आले. तिने दिल्लीत केलेल्या व्यक्तिगत संशोधनात हेही लक्षात आले. त्यामुळे तिच्या रेस्टॉरंटमध्ये तिने मध्यपूर्व, लेबेनान आणि मोरक्को त्याचप्रमाणे उत्तर-भूमध्य समुद्रकिनाऱ्यावरील देशांच्या खाद्यपदार्थांवर लक्ष केंद्रित करावे, हे ठरले.

रितूने मग इतर देशांतील रेस्टॉरंट्सचीही पाहणी केली. तिथल्या उपहारगृहांची पाहणी करायला तिने दोन वेळा दुबईचा प्रवास केला. मांसाहारी जेवणाबाबत मत देण्यासाठी रोहित तिच्यासोबत गेला. (जरी दारू पिण्याबाबत ती तिचे नियम थोडे शिथिल करत असली तरी एक चांगली जैन असल्यामुळे रितू कडक शाकाहारी आहे!) दुबईमध्ये रितूने खास मसाले पुरवणारी ठिकाणं शोधली. त्याचप्रमाणे अंतर्गत सजावट आणि वातावरणाशी संबंधित कल्पना जमा केल्या. उदाहरणार्थ, अरबी जेवणानंतर जो शिशा नावाचा हुक्का पिला जातो त्याचे महत्त्व तिच्या लक्षात आले. दुबईहून परत येताना तिने एक डझनभर हुक्के आणले आणि तिच्या आख्ख्या खानदानाला जेवणानंतर हुक्का पिण्याची सवय आहे आणि ते सगळे त्या सवयीच्या आहारी गेले आहेत. त्यामुळे हे हुक्के व्यावसायिक उपयोगासाठी नाही तर खासगी वापरासाठी आहेत हे तिने भारतीय कस्टम विभागाला कसेबेसे पटवून दिले.

'स्पिरिट' या नावाने जे रेस्टॉरंट सुरू होणार होतं त्यासाठी लागणारी जागा शोधण्यात आली आणि नवऱ्याने केलेल्या आर्थिक मदतीतून ती विकत घेण्यात आली. २००१ च्या ऑगस्टमध्ये स्पिरिट सुरू झाले. परंतु, लवकरच रितूला स्पष्टपणे कळले की खाद्य आणि पेयपान सेवेतील व्यवस्थापनाच्या अनुभवाचा अभाव हा तिच्यासाठी फार मोठा अडथळा ठरणार आहे. खाद्यपदार्थ आणि स्वयंपाकघरातील व्यवस्थापनाशी संबंधित गोष्टी हाताळण्यासाठी तिनं ताज ग्रूप ऑफ हॉटेल्सचा प्रख्यात शेफ झाखरीया याला सल्लागार म्हणून नेमले. सजावट आणि रेस्टॉरंटमधील वातावरणाबाबत सल्ला देण्यासाठी एका प्रसिद्ध इंटिरिअर डेकोरेटरची नेमणूक करण्यात आली. रेस्टॉरंटच्या आर्थिक व्यवहारांची काळजी घेण्यासाठी एक उच्च पात्रता असणारा, अनुभवी (आणि महागडा) असा मुख्य व्यवस्थापक नियुक्त केला. या सहकारी कर्मचाऱ्यांचा तिला प्रचंड उपयोग झाला आणि त्यांच्यामुळे ती –'धंद्यातल्या युक्त्या'– शिकली. तिला आता रेस्टॉरंट आणि बार नीट कसा चालवावा हे पूर्णपणे माहीत आहे आणि तिचे कर्मचारी तिला फसवतील अशी कोणतीही शक्यता नाही.

भारतात एखादा छोटा व्यवसाय सुरू करायचा असेल तर उद्योजकांना अनेक समस्यांना तोंड द्यावे लागते. विशेषतः ती उद्योजक एक स्त्री असेल तर. तपासणी अधिकाऱ्यांना हाताळणे फारच आव्हानात्मक आहे आणि छोट्या व्यवसायांसाठी ती एक मोठी डोकेदुखी आहे. रितूच्या वाट्यालासुद्धा फुकटेगिरी करणारे, लाच घेणारे, भ्रष्ट, क्षुल्लक सरकारी अधिकारी आलेच. वस्तुतः हे अधिकारी महागडे खाद्यपदार्थ आणि दारू यांचा आस्वाद घेणे, हा जणूकाही त्यांचा हक्कच आहे आणि त्याचे पैसे द्यायचे काही कारण नाही अशा पद्धतीने वागायचे. छोट्या उद्योगधंद्यांचे मालक तुम्हाला सहज सांगतील की, अशा भ्रष्ट, क्षुद्र नोकरशहांना आणि तपासणी अधिकाऱ्यांना ताब्यात ठेवण्याचे एक वेगळेच कौशल्य असते, जे व्यावसायिक शाळांमधून कधीच शिकवले जात नाही. जरी व्यवस्थापन शास्त्राच्या अभ्यासाने तिला दरडवण्याला आणि धाक दपटशहाला बळी न पडण्याएवढा आत्मविश्वास दिला असला तरी रितूला वरील कौशल्ये प्रत्यक्ष काम करता करताच शिकावी लागली.

२००५ साली रितूने दुसरा व्यवसायिक उपक्रम शोधायला सुरुवात केली. या प्रकल्पांतर्गत दिल्लीतील लोक जिथे विसावा घेण्यासाठी आणि आराम करण्यासाठी जाऊ शकतील असा एक माऊंटन रिसॉर्ट उत्तराखंडातील रामगढ येथे सुरू करायचा होता. 'निसर्गाच्या सान्निध्यात' अशी ह्या रिसॉर्टची वैशिष्ट्यपूर्ण थीम होती. त्याच्या आजूबाजूला सुंदर वातावरण असणार होते व सेंद्रिय पद्धतीने पिकवलेले स्वादिष्ट अन्नपदार्थ इथे दिले जाणार होते आणि पाहुण्यांना निसर्गाच्या सान्निध्यात वेळ घालवण्यासाठी स्वैर भटकंती करायला उद्युक्त केले जाणार होते. येथील टुमदार कुट्यांमध्ये पाईन वृक्षाच्या ढलप्यांचे नैसर्गिक इंधन असलेल्या शेकोट्या

असणार होत्या. तिने या प्रकल्पाचे तपशीलवार नियोजन केले होते आणि रामगढजवळ या रिसॉर्टसाठी एक आदर्श जागाही सापडली आणि विकतही घेतली.

तथापि, एका दुर्दैवी दिवशी रामगढला जात असताना तिच्या गाडीला भयंकर जोरदार अपघात झाला. त्यामुळे तिचा पाठीचा कणा कायमचा खराब झाला आणि शरीराचा खालचा भाग पांगळा झाला. या अपघातामुळे रितूला फार मोठा धक्का बसला आणि तिला वाटले ती पुन्हा कधीही काम करू शकणार नाही. तिची इच्छाशक्ती आणि निर्धार यांवर फारच प्रतिकूल परिणाम झाला. पण रोहितने मात्र तिला पुन्हा काम करण्यासाठी प्रवृत्त केले. तो तिला रोज स्पिरिटमध्ये घेऊन जात असे आणि आधार देण्यासाठी तिथे थांबत असे. ती परत कामावर यावी यासाठी त्याने जास्तीत जास्त काळजी घेतली. हळूहळू तिने पुन्हा 'स्पिरिट' चालवायला सुरुवात केली, पण आता चाकाच्या खूर्चीत बसून! तिने जेवणाची यादी, अंतर्गत सजावट आणि आर्थिक व्यवहार त्याचप्रमाणे लागणारे साहित्य, व्यवस्थापन आणि जाहिरात यासह उपहारगृहातल्या सर्व बाबींमध्ये व्यक्तिशः लक्ष घातले. नावीन्यपूर्णता आणि कल्पकता असलेलं आणि चालू काळातल्या चवीढवींशी सूर जुळणारं रेस्टॉरंट म्हणून स्पिरिट स्पर्धेमध्ये सतत आघाडीवर असेल याची तिने विशेष खात्री करून घेतली.

सध्या रेस्टॉरंट अत्यंत उत्तम चाललेले असून चांगले उत्पन्न कमावते. अर्थात, मंदीचा काळ कष्टदायक होता, कारण ग्राहकवर्गातील महत्त्वाचा भाग असणाऱ्या उद्योगविश्वातील ग्राहकांनी त्यांचे रेस्टॉरंटमधील येणेजाणे कमी केले होते. रामगढचा विश्रामधामचा प्रकल्प मात्र थांबवावा लागला.

व्यक्तिगत आयुष्य

रितू तिचा नवरा, तिची दोन शाळकरी मुले, (एक मुलगा व एक मुलगी) आणि तिच्या सासू-सासऱ्यांबरोबर एकत्र कुटुंबात राहते. तिची आईही तिच्या जवळच राहते. रितूच्या व्यावसायिक उपक्रमांना कुटुंबाचा संपूर्ण पाठिंबा आहे. सर्जनशील काम हे तिच्या व्यक्तित्वाचाच एक भाग आहे हे त्यांनी आता स्वीकारले आहे. ती व्यवसायात मग्न असते म्हणून मुलांना कोणत्याही प्रकारे दुर्लक्षित वाटू नये यासाठी रितू खूप काळजी घेते. तिच्या स्वतःच्या कामासाठी घर सोडण्याआधी ती सकाळी मुलांना स्वतः शाळेत पाठवते आणि मुलं शाळेतून घरी येण्याआधी ती परत आलेली असते. या सगळ्यात तिला नवऱ्याचा खूप आधार वाटतो. तो स्वतः उद्योजक असल्यामुळे तिची नैसर्गिक ऊर्मी आणि जोखीम पत्करण्याची तिची आवड तो समजून घेतो आणि त्याबद्दल तिचे कौतुकही करतो. जरी तो तिच्या व्यावसायिक प्रयासांना

पाठिंबा देत असला तरी त्यातल्या तपशीलांमध्ये तो मनापासून रस घेत नाही. वस्तुतः जेव्हा स्पिरिट सज्ज होत होतं तेव्हा उद्घाटनाच्या दिवसापर्यंत त्याने रेस्टॉरंटला भेटही दिली नव्हती. रामगढच्या प्रकल्पासंदर्भात रितू म्हणते –एखाद्या रिसॉर्टमध्ये वेळ घालवणे पसंत करणाऱ्या माणसांपैकी तो आहे का नाही याची मला शंकाच आहे. त्याला त्याची दिल्लीतली व्यग्र जीवनशैली आवडते आणि तो सतत त्याच्या लॅपटॉपवर आणि स्मार्टफोनवर असतो. त्याला रामगढला कंटाळा आला असता. पण सरकारी अधिकाऱ्यांशी वागणे-बोलणे तसेच कंत्राटदार व पुरवठादार यांच्याशी वाटाघाटी करणे यासारख्या व्यावसायिक विषयांत रितूला मोलाचा सल्ला देऊन त्याने आतापर्यंत फार मोठी मदत केली आहे. आणि अर्थातच, अपघातानंतर जेव्हा ती जवळजवळ सगळं सोडून देण्याचा विचार करत होती, तेव्हा तिने परत काम करावे यासाठी त्याने आधार दिला.

भावी काळाचा विचार करत असताना रितूला असे वाटते की एक बदल आता अपेक्षित आहे कारण २००१ मध्ये तिने स्पिरिट सुरू केले तेव्हाची आणि आताची वेळ या मधल्या काळात दिल्लीतल्या हॉस्पिटॅलिटी व्यवसायात खूप महत्त्वाचे बदल झालेले आहेत. ग्राहक खूप चोखंदळ झाले आहेत आणि स्पर्धाही वाढली आहे. अगोदर बाजारपेठेचा औपचारिक अभ्यास न करता तिने स्पिरिट सुरू केले. आज असा विचारही करता येणार नाही. जर एखाद्याने जेवणाची यादी वा अंतर्गत सजावट साजेशी ठेवली नाही आणि रेस्टॉरंटचे ठिकाण चुकले तर तो लवकरच व्यवसायातून बाहेर फेकला जाईल. खरोखरंच, दिल्लीतल्या अनेक रेस्टॉरंट्सबाबत हे घडले आहे.

रितूच्या स्वतःच्या परिस्थितीत आणि दृष्टिकोनातही खूप बदल झाले आहेत. तिला आता वाटते की कनॉट प्लेस एके काळी उच्च व्यापारी पेठ समजलं जायचं. आता मात्र त्याचे महत्त्व वेगाने कमी होत आहे. शिवाय तिच्या हालचालींवरही मर्यादा आल्यामुळे पहिल्या मजल्यावरील रेस्टॉरंट चालवणे तिच्यासाठी खूप अवघड झाले आहे. त्यामुळे रितूच्या भावी काळातील नियोजनात तिचे रेस्टॉरंट दक्षिण दिल्लीत कुठेतरी पुनर्स्थापित होण्याच्या शक्यता गृहीत धरल्या आहेत; जिथे चाकाच्या खुर्चीत बसून व्यवस्थापन बघणे कमी त्रासाचे असेल. स्पिरिट चालवण्याच्या तिच्या अनुभवातून तिला नवनवीन कल्पना मिळाल्या आहेत. एका वेगळ्या प्रकारच्या रेस्टॉरंटची स्थापना करण्यासाठी त्या उपयोगी पडू शकतील. उदाहरणार्थ, दिल्लीतल्या रेस्टॉरंट्समध्ये वारंवार जाणाऱ्या लोकांचा अभ्यास करताना तिला हे कळले की इथे पब्ज्सना प्रचंड वाढती मागणी आहे; जिथे लोकांना चांगल्या दर्जाची पेये, उंची दारू आणि कॉकटेल्सही मिळू शकतात. तसेच त्याबरोबर निवडक खाद्यप्रकार असतात आणि गप्पा मारण्यासाठी प्रसन्न आणि खेळीमेळीचे वातावरण असते. तिला असे वाटते की आता अशा प्रकारचे ठिकाण उघडण्याची हीच योग्य वेळ आहे. कदाचित अशा ठिकाणी बिअर

ब्रुइंगचीही सोय असू शकेल. जगाच्या इतर भागात ही संकल्पना सध्या खूप लोकप्रिय होत आहे. खरंतर तिने ही शक्यता चाचपून पाहण्यासाठी दिल्लीतल्या सरकारी अधिकाऱ्याबरोबर चर्चेला सुरुवातही केली आहे.

तिला रामगढच्या रिसॉर्टचा प्रकल्पसुद्धा पुन्हा सुरू करायला आवडेल. यात २००५ साली विकत घेतलेल्या ५ एकरांच्या जमिनीच्या तुकड्याच्या विकास करण्याची सुरुवात असू शकते. जेव्हा ती तिच्या भावी योजनांविषयक कल्पनांची क्रमवारी लावेल आणि तिचा मूड लागेल तेव्हा लगेच ती या दिशेने काम सुरू करेल.

आपल्या कारकिर्दीतील निर्णायक टप्प्यांकडे वळून बघताना रितू विचार करते की, त्या वेळेला सिडनेहॅमच्या अभ्यासक्रमानंतर लगेच मुंबई सोडणे आणि दिल्लीला परत येऊन वडिलांच्या व्यवसायात सहभागी होणे हे तेव्हा जरी मागे घेतलेलं एक पाऊल वाटत होतं तरीही तो तिच्या आयुष्यातला एक महत्त्वाचा निर्णय होता. १९९० मध्ये मुंबईत, भारतातील दुसऱ्या कोणत्याही शहरापेक्षा विपणनशास्त्र आणि जाहिरात विश्वातील तरुण व्यावसायिकांना इथले उद्योगपती नेहमीच्या शिरस्त्याच्या विरुद्ध जाऊन जास्त प्रोत्साहित करत होते. रितूला आता असं लक्षात येतंय की दिल्लीला परत येऊन वडिलांच्या धंद्यात सहभागी होण्याऐवजी जर मुंबईतच ती थांबली असती तर एखाद्या मोठ्या उद्योगात तिला कदाचित चांगल्या पगाराची नोकरी मिळाली असती. तिने तिचे काम आनंदाने केले असते, खूप सुखावणाऱ्या वातावरणात लठ्ठ पगार घेतला असता आणि स्वतःचा व्यवसाय सुरू करण्यासाठी कधीच नोकरी सोडली नसती. तिने अनेक भावी उद्योजकांच्या बाबतीत हेच घडताना पाहिलेले आहे. त्यामुळे ज्याला तिनं एकेकाळी दुर्दैव मानलं त्यालाच ती आता वरदान मानते.

तरुण उद्योजकांना सल्ला देताना रितू म्हणते, 'मला असं वाटतं की सध्याच्या काळात तरुण उद्योजक त्यांच्या उद्योगाची गुणवत्ता सुधारण्यापेक्षा आणि 'पैसा वसूल' काम करण्यापेक्षा जाहिरातबाजी करण्यासाठी जास्तीतजास्त वेळ खर्च करताना दिसतात.' रितूला उच्च व नीच दर्जाचे महत्त्व कळते पण स्पिरिटची संस्थापक आणि मालक म्हणून रेस्टॉरंटमधल्या चांगल्या सेवेविषयीचे, वातावरणाविषयीचे, अंतर्गत सजावटीविषयीचे आणि अन्न पदार्थांविषयीचे चांगले अभिप्राय तिच्यापर्यंत पोहोचावेत, हेसुद्धा तिच्यासाठी तेवढेच महत्त्वाचे आहे.

6

आयेशा ग्रेवाल

सेंद्रिय शेती

आयेशा ग्रेवाल, ही शाश्वत विकासाचे जबरदस्त समर्थन करणारी आणि एका सामाजिक कामाने प्रेरित असलेल्या कंपनीची 'द अल्टिट्यूड स्टोअर'ची (टास) संस्थापक आहे. ही कंपनी दुर्गम डोंगराळ भागातील छोट्या शेतकऱ्यांना अत्याधुनिक सेंद्रिय उत्पादने पिकवण्यासाठी आणि विकण्यासाठी मदत करते.

आयेशाने सुरुवातीला भारतातील खेड्यातल्या लोकांबरोबर काम केले. त्या कामात ग्रामीण विकास तसेच आर्थिकदृष्ट्या आणि पर्यावरणाच्या दृष्टीनेही फायदेशीर अशा उपजीविकेच्या साधनांची निर्मिती करणे, या गोष्टींचा समावेश होता. तेव्हाच तिच्या हे लक्षात आलं होतं की उत्तराखंडसारख्या डोंगराळ भागातील अनेक छोटे शेतकरी शतकानुशतके पारंपरिक सेंद्रिय शेतीच्या पद्धती अवलंबतात पण त्यातून फार कमी कमावतात. कारण त्यांच्या उच्च दर्जाच्या विक्रेय मालासाठी वाजवी किंमत मिळेल अशी बाजारपेठ त्यांच्याजवळ उपलब्ध नसते. त्याचवेळी दिल्लीसारख्या शहरी बाजारपेठेत लोकांची रास्त भाव देण्याची इच्छा असली तरी सेंद्रिय अन्नपदार्थ मिळणे खूप अवघड जाते म्हणून लोक ओरडत असतात. सेंद्रिय उत्पादनाचे उत्पादक आणि ग्राहक यांना सेवा पुरवणारा दोहोंमधील एक सक्षम सेतू म्हणून टासची निर्मिती झाली.

पार्श्वभूमी

आयेशाचे वडील सिटी बँकेत उच्च पदावर पोहोचलेले एक प्रतिष्ठित वित्त-कार्यकारी अधिकारी होते. उद्योगविश्वातील त्यांची कारकीर्द वैशिष्ट्यपूर्ण होती. एका विशिष्ट मर्यादेनंतर बँकेतील बढती स्वीकारली असती तर भारताबाहेर जावं लागलं असतं. त्यांनी बढती टाळली आणि ते भारतातच राहिले कारण त्यांच्या दोन्ही मुलींनी भारतीय वातावरणात आणि संस्कृतीत मोठे व्हावे असे त्या दाम्पत्याला मनापासून वाटत होते. नंतर, श्री. ग्रेवाल यांना टाटा कंपनीने त्यांच्या हॉटेल कंपनीसाठी हेरले. १९८३ मध्ये त्यांनी एक शेत घेतले जिथे नंतर त्यांनी सेंद्रिय शेती पिकवली. या शेतावर आयेशाने खूप वेळ घालवला आणि पीक वाढवण्याचे नवनवीन प्रयोग करण्यातील आनंद उपभोगला. अशा रीतीने, लहानपणापासूनच सेंद्रिय पद्धतीची शेती ही आयेशाच्या अंतर्मनाच्या जाणिवेचा एक भाग होती. त्या काळात आपली भावी कारकीर्द काय असेल याची आयेशाला अजून कल्पना आली नव्हती. परंतु सहली आणि भटकंतीत सुट्टी घालवतानाच शेत आणि शेतावरचं आयुष्य यासंबंधी तिच्यात अगोदरच एक प्रकारची आवड निर्माण झाली होती. पुढे जाऊन तिचं काम खेड्याशी आणि शेताशी निगडित असणारं होतं, याचीच ही सुरुवातीची लक्षणं होती.

गमतीचा भाग म्हणजे, बालपणी आयेशा एक पक्की दांडगट मुलगी (नेहमीच मुलांमध्ये खेळणारी, पँट शर्टमध्ये वावरणारी, मेकअप न करणारी) होती; तिला प्राण्यांची मनापासून आवड होती. (शेतावरच्या प्रत्येक गाईला ती नावाने हाक मारायची.) आणखी एक गोष्ट, ती मनाने कायमच एक 'माळी' होती (शेतातली हाताने करण्याची सर्व कामं करण्याचा तिला

अभिमान वाटत असे.) तिला एखाद्या नाकतोड्याप्रमाणे चपळ मनाची देणगी मिळाली होती. (एका कल्पक योजनेवरून दुसरीवर उडी मारणे जसे की विविध सेंद्रिय अन्नप्रकल्पांची एकाच वेळेस योजना आखणे आणि त्यांची अंमलबजावणी करणे).

आयेशा मुंबई आणि दिल्लीतल्या वेगवेगळ्या शाळांमधून शिकली आणि मग पुढच्या अभ्यासासाठी अमेरिकेला गेली. तिची मोठी बहीण तिथे शिकली होती आणि तिला भेटायला गेलेली असताना आयेशा तिथल्या मुक्त वातावरणामुळे भारून गेली होती. पेनसिल्व्हानिया येथील फ्रँकलीन मार्शल कॉलेजमध्ये तिने अर्थशास्त्र आणि आंतरराष्ट्रीय शासन या विषयांचा पदवीपूर्व अभ्यासक्रम केला आणि डेन्व्हर विद्यापीठाच्या ग्रॅज्यूएट स्कूल ऑफ इंटरनॅशनल स्टडीजमधून जागतिक अर्थकारण या विषयातले पदव्युत्तर प्रावीण्य मिळवले. १९९८ मध्ये शिक्षण पूर्ण झाल्यानंतर नॅशनल इकॉनॉमिक्स रिसर्च असोसिएट्स नावाच्या खासगी मार्गदर्शन कंपनीत तिने दोन वर्षे काम केले. परंतु हे कामच आपले करियर व्हावे असे तिला वाटत नव्हते. तिच्या दृष्टीने त्यावेळेस ही नोकरी म्हणजे जीवनावश्यक गोष्टींसाठी पैसे मिळवण्याची सोय होती. हे काही तिला करियर वाटत नव्हते ना त्यात आदर्शवाद वगैरे काही होता.

२००० साली, आयेशाने भारतात परत येण्याचा विचार करण्यास सुरुवात केली. तिला असे वाटले की ज्या अमेरिकन लोकांना भारतात पैसे गुंतवायचे आहेत आणि स्थानिक परिस्थितीशी जुळवून घ्यायला मदत हवी आहे, त्याचप्रमाणे वेबसाइट चालू करायच्या आहेत, त्यांना मदत करण्यासाठी एक छोटी मार्गदर्शन कंपनी उभी करावी. भारतात परत आल्यावर जेव्हा तिने या शक्यतांची जाणकार लोकांशी चर्चा केली तेव्हा तिच्याकडे त्यासाठी आवश्यक असलेला अनुभव नसल्याने त्या योजना प्रत्यक्षात येणार नाहीत हे सिद्ध झाले, म्हणून त्या रहित झाल्या.

आयेशाला दिल्लीत एका अपारंपरिक ऊर्जा स्रोतांच्या वापरास प्रोत्साहन देणाऱ्या स्वयंसेवी संस्थेत (विनरॉक इंटरनॅशनल इंडिया) त्यांचे आर्थिक खाते सांभाळण्याची नोकरी मिळाली. हे काम म्हणजे यूएसएड (युनायटेड स्टेट्स एजन्सी फॉर इंटरनॅशनल डेव्हलपमेंट) कार्यक्रमाची सर्वसाधारण आखणी व व्यवस्था पाहणे, अशा स्वरूपाचे होते. अपारंपरिक ऊर्जास्रोत वापरणाऱ्या प्रकल्पांना कमी व्याजदराची कर्जे व उत्पादन काळातील इतर सेवा पुरवणे असे तिच्या कामाचे स्वरूप होते. हे काम तिला कसे मिळाले याची एक गंमतशीर गोष्ट आहे. एखादा निर्णय घेताना आयेशाचा दृष्टिकोन सर्वसाधारणपणे कसा चाकोरीबाहेरचा आणि साहसी असतो, हे अगदी यातून कळते. भारतात परत आल्यावर आयेशाने तिचा सी.व्ही. संभाव्य नियोक्त्यांना पाठवला होता. तिला विनरॉककडून सोमवारी मुलाखतीसाठी बोलावणे आले, बुधवारी मुलाखत पार पडली. गुरुवारी नेमणूक झाली आणि शुक्रवारी ती

कामावर दाखल झाली. आणि त्याच आठवड्याच्या शेवटी ती कंपनीच्या कामासाठी एका मोठ्या दौऱ्यावर गेलेली होती! विनरॉकमध्ये आयेशाची मुलाखत घेतली होती जॉन रायन या व्यक्तीने. जॉन विकसनशील देशात अपारंपरिक ऊर्जास्त्रोत प्रकल्पांचा पुरस्कार करणारी आंतरराष्ट्रीय स्तरावरील एक व्यक्ती होती. त्याचप्रमाणे ग्रामीण समाजासाठी पर्यावरणास पूरक अशी उदरनिर्वाहाची साधने निर्माण करण्यावर त्याची दृढ निष्ठा होती. मुलाखतीत आयेशाने जॉनला सांगितले की तिला अपारंपरिक ऊर्जा स्त्रोतावर काम करण्याचा काही पूर्वानुभव किंवा ज्ञान नाही. त्याने उत्तर दिले होते की या विषयाची कोणतीही पूर्वकल्पना नसणे हीच तिची जमेची बाजू आहे आणि हाच विचार करून त्याने तिला नोकरी दिली! याचा परिणाम म्हणून, त्या दोघांनी जगातील विविध भागात, अनेक संस्थांमध्ये, अनेक प्रकल्पांवर एकत्र काम करत नंतरची अनेक वर्षे घालवली. ही एखादी दैवी योजनाच असावी.

२००२ मध्ये आयेशाने विनरॉक सोडली. जॉन रायनबरोबर भागिदारीमध्ये एक सल्लागार कंपनी स्थापली 'ईथ्रीव्ही' –एन्व्हायरनमेंट, एनर्जी अँड एन्टरप्राईज व्हेंचर. या कंपनीने शाश्वत ग्रामीण ऊर्जा आणि भारतातील त्याचप्रमाणे चीन, ब्राझील आणि कॅरेबियन देशातील सेंद्रिय शेती संबंधित कामे हाती घेतली. दार्जिलिंगमधल्या सेंद्रिय चहाच्या मळ्यांसाठी सूक्ष्म जलविद्युताद्वारे उर्जानिर्मिती करणे. चीनमध्ये, गाईच्या शेणाचे उर्जा स्त्रोतात रूपांतर करणे आणि ब्राझीलमध्ये सौरशक्तीने पदार्थ वाळवण्याच्या यंत्रणा प्रस्थापित करणे अशा प्रकल्पांचा या कामांमध्ये समावेश होता. 'ईथ्रीव्ही'च्या कामामुळे प्रभावित झालेल्या आणि तिच्या प्रशंसक असलेल्या अमेरिकेतल्या हितैषि संस्थांकडून मिळालेल्या वित्तसाहाय्याने हे प्रकल्प अमलात आणले गेले.

याच वेळी आयेशाने एक सेंद्रिय फळप्रक्रिया कंपनीही चालू केली: 'कुर्मांचल ऑरगॅनिक व्हेंचर'. या कंपनीने उत्तराखंडातल्या कुमाऊ पर्वतरांगांमधील सेंद्रिय पद्धतीने वाढवलेली फळे घेऊन त्यावर प्रक्रिया करून उत्पादने तयार केली आणि नॅशनल कॅपिटल रीजनसारख्या शहरी बाजारात ती विकली. साधारण याच सुमारास आयेशाने अखेरीस तिला तिच्या आयुष्यात करियर म्हणून काय करायला आवडेल, याचा ठामपणे विचार केला. तिने असे ठरवले की डोंगराळ भागातील छोट्या शेतकऱ्यांना त्यांच्या उपक्रमात सुधारणा करण्यासाठी मदत करण्यात तिला तिचे संपूर्ण आयुष्य वेचायला आवडेल. खासकरून त्यांच्या सेंद्रिय, पर्यावरणपूरक, शाश्वत स्वरूपाच्या शेतीच्या माध्यमातून! त्याचा परिणाम असा झाला की तिची ही महत्त्वाकांक्षा येणाऱ्या भविष्याची नांदी ठरली.

आयेशा तिशीच्या मध्यात पोहोचली तसा मार्गदर्शनाच्या कामातील तिचा रस कमी होऊ लागला कारण ते करताना प्रकल्प फलद्रूप होण्याच्या अवस्थेपर्यंत राबवण्याची तिची गरज भागत नव्हती. ती सांगते, 'नुसता सल्ला देण्यापेक्षा, मला अशा प्रकल्पांवर काम करायचे

होते जिथे सुरुवातीपासून शेवटपर्यंत मी प्रत्यक्ष काम करेन.' तिने मग टासच्या उभारणीत पूर्ण लक्ष घालायचे ठरवले. कारण त्यामुळे सेंद्रिय अन्नपदार्थांच्या विक्री आणि शाश्वत उत्पादनांच्या क्षेत्रामध्ये तिची अथपासून इतिपर्यंत गुंतून राहण्याची इच्छा पूर्ण होणार होती. तोपर्यंत तिची सेंद्रिय फळांची कंपनी 'कुर्मांचल ऑरगॅनिक व्हेंचर' ही चांगली चालायला लागली होती. सुरुवातीला त्याचे लक्ष्य फक्त सफरचंदे एवढेच होते. पण सफरचंदांचा मोसम छोटा असतो त्यामुळे रस, सरबत, चटण्या आणि जामच्या प्रक्रियेत प्लम, पीच, पेअर आणि जर्दाळू या फळांचीसुद्धा भर पडत गेली. तथापि, संबंधित शेतकऱ्यांना त्यांच्या इतर सेंद्रिय उत्पादनांच्या विक्रीसाठीसुद्धा मदत हवी होती. आणि टास ही त्यांच्यासाठी योग्य संस्था असल्यामुळे आयेशाने पुढचा सगळा वेळ टासच्या विकासासाठी वाहून घेतला.

टासची स्थापना

२००९ मध्ये एक ऑनलाइन व्यवसाय टासची सुरुवात झाली. एका वर्षानंतर टासने शहरी भागात किरकोळ विक्रीची काही दुकानं उघडली आणि उत्तराखंडातून तसेच भारताच्या इतर भागांतून मागवलेली विविध सेंद्रिय उत्पादने विकली. काही टासच्या ब्रँडने विकली, तर काही इतर उत्पादकांच्या नावाने विकली.

टासने डोंगराळ भागातल्या शेतकऱ्यांना त्यांच्या उत्पादनाचा दर्जा वाढवण्यास आणि ती उत्पादने नवीन बाजारपेठेत विकण्यास मदत केली. उदाहरणार्थ, शेतकरी जर हिरवी सिमला मिरची पिकवत असतील तर त्यांना पिवळ्या आणि लाल मिरच्यांचं पीक घ्यायला आणि मूल्यसाखळीत वरच्या दिशेने प्रवास करायला टासने शिकवले आणि अशा प्रकारे प्रत्येक किलोमागे २५ रु. पासून ते २५० रुपयांपर्यंत वाढ मिळाली कारण टासने त्या मालाची विक्री ज्यांना अशा मालाचं कौतुक आहे अशा शहरी, संपन्न ग्राहकांना केली. त्याचप्रकारे जर ते 'फुलगोबी' पीक घेत असतील तर त्यांना ब्रोकोली पिकवायला शिकवले. सर्वसाधारणपणे टासने शेतकऱ्यांनी आतापर्यंत उत्पादित न केलेल्या जास्त किमतीच्या (उच्च मूल्य असलेल्या) भाज्या पिकवण्यासाठी त्यांना उत्तेजन दिले. आधी आजूबाजूला अशा मालासाठी गिऱ्हाईक नसल्यामुळे तसेच तांत्रिक आणि आर्थिक साधनांचा अभाव असल्यामुळे ते असे पीक घेत नव्हते.

टासशी संबंधित शेतकऱ्यांना आवश्यक असलेली 'हरितगृहे' (ग्रीन हाऊस) बांधायला टासतर्फे कर्जाची व्यवस्था केली गेली. या कर्जाचा निधी, स्कॉटिश व्हिस्की बनवणाऱ्या 'विल्यम ग्रॅन्ट अँड सन्स' या कंपनीने दिलेल्या देणगीमधून मिळवला गेला. ते त्यांची

एकुलत्या एक सातूच्या सत्त्वापासून (सिंगल माल्ट) तयार केल्या जाणाऱ्या 'ग्लेनफीडीश' नावाच्या व्हिस्कीचा प्रथम वर्धापन दिन साजरा करत होते. अत्यंत जुन्या आणि क्रमांकित मर्यादित आवृत्तीच्या ११ व्हिस्कीच्या बाटल्यांचा लिलाव झाला. त्या रकमेतूनच ही देणगी मिळाली. यातील प्रत्येक बाटली लिलावात जास्तीत जास्त बोली लावणाऱ्या परोपकारी माणसाला विकली आणि आलेले उत्पन्न महत्त्वाच्या समाजोपयोगी प्रकल्पांना दान केले गेले. आयेशाने विल्यम ग्रँटपुढे एक सादरीकरण दिले आणि टासच्या हरितगृहांसाठी देणगी मिळवली. ही देणगी आयेशा आणि तिच्या आईवडिलांनी स्थापन केलेल्या 'रुरल अँड ॲग्रीकल्चरल डेव्हलपमेंट' या सेंद्रिय शेतीचा पुरस्कार करणाऱ्या स्वयंसेवी संस्थेच्या माध्यमातून मिळवली गेली.

टासने हरितगृहांमधील सर्वच्या सर्व उत्पन्न विकत घेतले आणि शहरी बाजारात विकले आणि शेतकऱ्यांना चांगली किंमत मिळवून दिली. (कर्जाचा हप्ता म्हणून १०% रक्कम कापून घेतल्यानंतर) टासशी संबंधित दोन शेतकऱ्यांनी या कर्जाचा उपयोग हरितगृहे बांधण्यासाठी केला आणि टासने स्वतः एक हरितगृह बांधले ज्याचा उपयोग त्यांच्यासाठी एखाद्या प्रयोगशील प्रयोगशाळेसारखा केला. तिथे बटरनट स्क्वॅश आणि हॅलपिनो मिरचीसारखा अत्यंत अत्याधुनिक परदेशी भाजीपाला लावण्याचे प्रयोग केले आणि नंतर त्याचे तंत्रज्ञान संबंधित शेतकऱ्यांपर्यंत पोहचवले.

टास दलालांना वगळण्याचा प्रयत्न करते. उदा. थेट शेतकऱ्यांकडून गहू विकत घेते. गव्हाला साठवणुकीची गरज असल्यामुळे टास शेतकऱ्यांच्या एका गटासाठी गहू साठवून ठेवण्यास जागा घेण्यासाठी कर्ज मिळवून देण्याची व्यवस्था करते. काही काळानंतर टास गहू विकत घेते आणि कर्जाची परतफेड होते. पुढच्या टप्प्यांवर टास शेतकऱ्यांसाठी पिठाची गिरणी टाकायला कर्जाची जुळणी करून देते आणि गव्हाऐवजी पाकीटबंद गव्हाचे पीठ विकते. अशा तऱ्हेने टास दरम्यानचा खर्च वाचवते आणि अधिक मोलाची सेंद्रिय उत्पादने शहरी बाजारात अशा किमतीला विकू शकते ज्यातून शेतकऱ्यांना चांगला परतावा मिळेल.

प्रारंभी टास ने ड्राईड हर्ब्ज, कडधान्ये आणि तांदळावर लक्ष केंद्रित करावे असा आयेशाचा विचार होता. पण लवकरच तोंडी प्रसिद्धीमुळे मागणी प्रचंड प्रमाणावर वाढत गेली. टासच्या उत्पादनांमध्ये लवकरच मांस, दुधाचे पदार्थ, फळं, भाजीपाला, खाद्यतेलं, पूर्ण धान्याच्या लाह्या, डाळी, मसाले, वनस्पती, पाव आणि स्प्रेड्स तसेच बीवॅक्स लीपबाम, हाताने तयार केलेले साबण यांसारख्या प्रसाधनांचाही समावेश झाला. या सर्व गोष्टी घातक रसायनांशिवाय बनवलेल्या होत्या त्यामुळे वापरणाऱ्यांसाठी आणि तयार करणाऱ्यांसाठीही त्या चांगल्या होत्या.

२००८ मध्ये 'ग्लोबल एनव्हायरनमेंटल इन्स्टिट्यूट' या अमेरिकेतल्या व्हर्जिनिया इथल्या संस्थेने आयेशाला शिष्यवृत्ती दिली. छोट्या, कमी उत्पन्न मिळवणाऱ्या, सेंद्रिय शेती करणाऱ्या शेतकऱ्यांना व्यापारात टिकाव धरण्यासाठी तिने केलेल्या मदतीसाठी आणि सेंद्रिय खाद्यपदार्थांच्या कौशल्यपूर्ण उत्पादनासाठी तिला ही शिष्यवृत्ती देण्यात आली. या शिष्यवृत्तीअंतर्गत अमेरिकेत सेंद्रिय चीज बनवणाऱ्या कॅलिफोर्नियातील 'काऊगर्ल क्रेमरी' या ख्यातनाम कारखान्याबरोबर आयेशाने दहा आठवड्यांचा व्यावसायिक विकास कार्यक्रम केला. 'काऊगर्ल'ने आयेशाच्या कामाबद्दल खूप उत्साह दाखवला आणि उदारहस्ते तांत्रिक मदत पुरवली. 'काऊगर्ल' मधला एक तज्ज्ञ, सहसंस्थापक, आयेशाला चीज बनवायच्या व्यवसायातील विकसित तंत्रज्ञानाचे मार्गदर्शन करण्यासाठी भारतात आला. या शिष्यवृत्ती अंतर्गत आयेशाला इतर सेंद्रिय खाद्यपदार्थांच्या उत्पादनात संशोधन करण्यासाठी पाठिंबा मिळाला. खासकरून हे पदार्थ तयार करतानाच्या मूलभूत नियमांबाबत अभ्यास करून नंतर स्थानिक परिस्थितीशी जुळवून घेता आले.

आव्हाने

टासची संस्थापक म्हणून आयेशाला तिचा व्यवसाय उभा करण्यासाठी आणि चालवण्यासाठी अनेक आव्हानांना तोंड द्यावे लागले.

वित्तपुरवठा

आधी सल्लागार म्हणून काम करून मिळालेल्या उत्पन्नातून वाचवलेल्या पैशातील ४० लाख रु. भांडवल म्हणून वापरून आयेशाने टास सुरू केली. पण, टासला व्यापारातले उच्च स्थान मिळवण्यासाठी अजून जास्त पैसा ओतण्याची गरज होती. त्याचप्रमाणे साठवणी, प्रक्रिया करणे आणि पाकीटबंद करणे यासारख्या मूल्य वाढवणाऱ्या सेवांसाठीही पैशांची जरुरी होती. ही सुरुवात कठीण होती. पैसा राखून ठेवण्यासाठी सर्व प्रकारच्या खर्चांवर नियंत्रण ठेवायलाच हवे होते. याचा परिणाम कामाच्या काटेकोर खर्चावर झाला. उदाहरणार्थ, आलेला माल नेहमी आयेशाच्या राहत्या जागेत असायचा, कधीकधी तर अगदी पलंगाखालीसुद्धा! उत्तरखंडातून भेट घ्यायला येणाऱ्या संबंधित शेतकऱ्यांसाठी आयेशाचे घरसुद्धा वसतिगृहच झाले होते. त्यावेळी आयेशा

'इश्रीव्ही'साठी सुद्धा काम करत होती. तिने तो पगार टासच्या काही खर्चांसाठी वापरला.

इतर अनेक महिला उद्योजकांच्या उद्योगाबाबत होते त्याचप्रमाणे इथेही संस्थात्मक भांडवल मिळवणे सोपे नव्हते. सुदैवाने, आयेशाला शिक्षणामुळे आणि अनुभवामुळे वित्तसंस्थांकडून निधी उभारण्यासाठीच्या 'धंद्यातील युक्त्या' माहीत होत्या. तरीसुद्धा कुटुंब आणि मित्रमैत्रिणींनी उभारलेल्या समभागातूनच तिच्या प्रकल्पांना बहुतेक सर्व निधी मिळावा हेच तिला पसंत होते. ती बँकेतून कर्ज घेणे टाळत असे. कारण ठरावीक परतफेडीचं आणि अंतिम मुदतीचं दडपण असतं.

२०१४ मध्ये टासचा वार्षिक खप ३.५ कोटींच्या आसपास होता. व्यवसायाच्या या पातळीवर चालू आर्थिक व्यवहाराचा खर्च भागेल व सर्वसामान्य विकासाला पुरेल एवढा निधी उभा रहात होता. तसेच आयेशाचा बऱ्यापैकी पगार पण त्यातून निघत होता.

स्थाननिश्चिती

ग्रामीण पुरवठादारांच्या साखळीतील आडत्यांचे महत्त्व कमी करणे, हे मोठे आव्हान होते. शेतकऱ्यांचे आडत्यांवर अवलंबून असणे, या गोष्टीवर मात करण्यासाठी टासला शेतकऱ्यांबरोबर सतत वेळ संपर्कात रहावे लागले. आणि त्यांच्या आजारपणाच्या वेळी, पिकाच्या नुकसानीच्या वेळी, लग्नसमारंभ इत्यादींना मदत करावी लागली. म्हणून उत्तराखंडातील डोंगराळ भागात आयेशाने टासचे स्वत:चे एक कायमस्वरूपी स्थान निर्माण केले. परिणामी टासच्या प्रमुख उद्दिष्टांप्रमाणे शेतकऱ्यांकडून थेट खरेदी हे मुख्य उद्दिष्टही साध्य झाले.

आयेशाला लोकांचा विश्वास संपादन करावा लागला आणि त्यांना टासचा हेतू, विश्वसनीयता आणि प्रामाणिकपणाविषयी खात्री पटवून द्यावी लागली. खरेदी करणारा नेहमीच सेंद्रिय आणि कृत्रिम पद्धतीने वाढवलेल्या उत्पादनातला फरक ओळखू शकत नाही. टास अशा उत्पादनावर 'सेंद्रिय' किंवा 'नैसर्गिक' असा शिक्का मारते. कोणतेही उत्पादन ज्याला 'ॲग्रीकल्चर ॲन्ड प्रोसेस्ड फूड प्रॉडक्टस एक्स्पोर्ट डेव्हलपमेंट ॲथॉरिटी' (एपेडा) च्या मार्गदर्शक तत्त्वांनुसार प्रशस्तीपत्रक मिळाले आहे ते आंतरराष्ट्रीय सेंद्रियतेच्या वैशिष्ट्यांशी मिळतेजुळते असते व त्याच्यावर 'सेंद्रिय' असा शिक्का बसतो. उत्तराखंडातले शासन शेतकऱ्यांना हे प्रशस्तीपत्रक मिळावे म्हणून मदत करते पण पुष्कळ शेतकऱ्यांना त्याची किंमत खूप जास्त वाटते. टास, 'एपेडा'च्या मार्गदर्शक तत्त्वांनुसार प्रशस्तीपत्रक न मिळालेली उत्पादनेसुद्धा वितरित करते. पण असे असले तरी ती सेंद्रिय पद्धतीने वाढवलेली

असतात. या उत्पादनांवर 'नैसर्गिक' असा शिक्का मारला जातो. शिक्का मारण्याच्या पद्धतीतली या पारदर्शकतेने अतिशय चांगल्या प्रकारे काम केले. अशा प्रकारे टास लवकरच किरकोळ विक्री व्यवसायातील एक विश्वसनीय नाव झाले.

मानवी संसाधन

मानवी संसाधनांच्या क्षेत्रामध्ये आयेशाला वेगळ्याच समस्येला तोंड द्यावे लागले. विशेषतः दुर्गम डोंगराळ भागात काम करण्यासाठी हुशार चांगले व्यावसायिक मिळण्याबाबत! उदाहरणार्थ, तिला टाससाठी मुख्य कार्यकारी अधिकारी (सी.ई.ओ.) शोधण्यात अडचण आली. त्याने प्रत्यक्ष काम सांभाळले असते म्हणजे ती स्वतः मुख्य बलस्थान असलेल्या नवीन उत्पादनांच्या विकासावर लक्ष केंद्रित करू शकली असती. असंही ती खूप प्रवास करत होती. जगभरातल्या खाद्यजत्रांना भेट देत होती आणि सेंद्रिय खाद्यपदार्थांच्या व्यवसायातील आघाडीच्या लोकांशी लंडनमधल्या 'बरो मार्केट'सारख्या आंतरराष्ट्रीय स्तरावरील ठिकाणी जाऊन संवाद साधत होती. नवीन अत्याधुनिक सेंद्रिय उत्पादने कशी शोधायची, भारतीय परिस्थितीबरोबर त्याचे तंत्रज्ञान जुळवून घेण्यासाठी संशोधन करायचे आणि नंतर त्यासाठीचे तंत्रज्ञान टासच्या संबंधित शेतकऱ्यांना कसे द्यायचे, हे आता तिला चांगलेच माहीत झाले होते. जर एखाद्या समर्थ कार्यकारी अधिकाऱ्यामुळे तिची व्यवस्थापकीय कामांमधून सुटका झाली तर ती अशा उपक्रमांना जास्तीत जास्त वेळ देऊन ती आणखी योगदान देऊ शकते असे तिला वाटते.

सांस्कृतिक प्रश्न

भारतामध्ये, मुलींना व्यवसाय सुरू करण्यापासून नेहमी परावृत्त केले जाते. कारण त्यांनी त्यांचा वेळ घरासाठी आणि कुटुंबासाठी द्यावा अशी अपेक्षा असते. पण आयेशाला अशा दडपणांना कधीच तोंड द्यावे लागले नाही. तिचे आईवडील उदारमतवादी होते आणि तिच्या उद्योजकतेच्या प्रयासांना त्यांचा पूर्ण पाठिंबा होता. तरीसुद्धा ते कधीकधी सौम्यपणे सुचवून बघत की कौटुंबिक जीवनाच्या फायद्यांचा तिने विचार करावा आणि काही 'अनुरूप' मुलांशी तिची ओळखही त्यांनी करून दिली होती. खरं म्हणजे, लग्न करण्याचे दडपण न घेतल्यामुळे आयेशा तिचा उद्योग सुरू करून चालवू शकली. २०१३ मध्ये आयेशा ४० वर्षांची झाली आणि आनंदाने अविवाहित आयुष्य जगत होती. ती खूप कार्यक्षम, यशस्वी, उत्साही,

उल्हसित, आणि निरोगी होती. (सेंद्रिय अन्नपदार्थ!) तसं पाहिलं तर तिच्या भाचा आणि भाचीने तिच्या मातृत्वाची आस पूर्ण केली. आपण निवडलेल्या क्षेत्रात आपल्याला एक सुखीसमाधानी आयुष्य मिळू शकते हे तिला माहीत होते आणि तिला इतर कोणत्याही बंधाची गरज वाटत नव्हती. तिने ठरवले आहे आणि तसे जाहीरही केले आहे की ती लग्न करणार नाही. तिच्या कुटुंबाचा यावर काही आक्षेप असण्याचा प्रश्नच उद्भवत नाही.

आयेशा म्हणते, की तिच्या उद्योजकतेच्या संपूर्ण कारकिर्दीत ती एक स्त्री आहे म्हणून तिला कोणत्याही सामाजिक, सांस्कृतिक आव्हानांना तोंड द्यावे लागले नाही. डोंगराळ भागातील शेतकऱ्यांशी तिचा मुख्यत्वेकरून संबंध येतो आणि ते नेहमीच नम्रपणे आणि अदबशीर वागतात. मात्र कधीकधी ते विचारात पडतात की कशी एक हुशार शहरी मुलगी त्यांच्याशी खेडेगावातल्या शेती प्रश्नांबाबत चर्चा करते आहे! पण तिच्या मदत करण्याच्या स्वभावामुळे तिने त्यांचा विश्वास मिळवला आहे आणि कधीच संघर्षाची वेळ आली नाही. गावपातळीवरील नोकरशहा आणि राजकारणी यांच्याबरोबरच्या तिच्या संबंधांतसुद्धा आयेशाला कोणतीच अडचण जाणवली नाही कारण आयेशासारखे व्यक्तिमत्व असलेल्या बाईबरोबर कसे वागायचे हे त्यातल्या बहुतेकांना कळत नव्हते. विशेषकरून कधीकधी जेव्हा बहुतेक बैठकीत असे घडते की ती एकटीच स्त्री असते. सर्वांना हे कळून चुकले होते की ती स्थानिक समाजासाठी विशेषकरून स्त्रियांसाठी उपयुक्त काम करते आहे.

भविष्यकाळ

टासच्या भावी काळाबद्दल आयेशाच्या मनात स्वच्छ आणि सशक्त कल्पना आहेत. टासने छोट्या कमी उत्पन्न असणाऱ्या शेतकऱ्यांचे आयुष्य सुधारण्यासाठी सेंद्रिय खाद्यपदार्थांचा पुरस्कार तर करावाच त्याशिवाय पर्यावरणाचेही जतन करावे असे तिला वाटते. ती म्हणते, 'सध्या तरी टासच्या एकूण व्यापारापैकी फक्त ३०% माल थेट शेतकऱ्यांकडून येतो; मला त्यात भरभक्कम वाढ हवी आहे'. आयेशासाठी मोठ्या आकारापेक्षा किंवा नफ्यापेक्षा हेच यशासंबंधीचे मापदंड आहेत. त्यामुळे जरी टास ग्राहकांना सेंद्रिय खाद्यपदार्थांचा फायदा मिळवून देत असले तरी त्याचे मुख्य उद्दिष्ट उत्पादकांना, विशेषतः दूरवरच्या डोंगराळ भागात राहणाऱ्या छोट्या शेतकऱ्यांना फायदा कसा होईल हे पाहणे आहे.

टासने नवीन कौशल्यपूर्ण सेंद्रिय खाद्यपदार्थांमध्ये सातत्यपूर्ण नावीन्य आणि वैविध्य देणारी एक संस्था बनावे, असे आयेशाला वाटते. तिने याआधीच कॅलिफोर्नियन चीज आणि कुम्बरलँड पोर्क सॉसेजेस यासारख्या सेंद्रिय उत्पादनांशी संबंधित अत्यंत फायदेशीर

तंत्रज्ञान परदेशातून भारतात आणले आहे. 'काऊगर्ल' (कॅलिफॉर्निया') आणि 'सिलफील्ड फार्म्स कम्ब्रिया'कडून मिळालेल्या तंत्रज्ञानामुळे हे उत्पादन आता टासशी संबंधित शेतकरी घेतात. ती सध्या ॲपल सायडर बनवण्याच्या नव्या प्रकल्पात मशगूल आहे. ॲपल सायडर बनवणारा कारखाना एक प्रसिद्ध ब्रिटिश, 'द न्यू सायडर कंपनी' तिला याची माहिती व ज्ञान पुरवत आहे.

जेव्हा तिला असं विचारलं जातं की, उद्योगधंद्यातील आघाडीच्या लोकांकडून फारसे पैसे खर्च न करता एवढे महागडे ज्ञान व माहिती ती कशी मिळवते? यावर आयेशा म्हणते, 'सेंद्रिय खाद्यपदार्थांच्या लघु उद्योगातले लोक काही खूप लोभी स्वभावाचे नसतात. ते मदत करतात आणि त्यांना त्यांच्या कामात मनापासून भरभराट झालेली हवी असते. भारतातील लोकांना कार्यकुशल करायला मदत करण्यासाठी त्याना पटवणे हे फार अवघड नाही, विशेषतः त्यांच्या विद्यमान बाजारपेठेवर यामुळे गदा येणार नसेल तर.' अर्थातच या लोकांपर्यंत पोहोचण्याचा एक व्यवहारचतुर मार्ग नक्कीच असतो आणि या बाबतीत आयेशा मन वळवण्यात अगदी पटाईत आहे!

उत्तराखंडांमध्ये, ॲपल सायडरच्या प्रकल्प सुरू करण्यासाठी आयेशाने ज्या प्रकारे 'न्यू फॉरेस्ट' कंपनीचे मन वळवले त्यातून तिच्या स्वभावाचे हे पैलू दिसतात. एक दिवस, लंडनला, बोरोह मार्केटमध्ये आयेशाने ॲपल सायडर बनवणाऱ्यांचे एक छोटे दुकान बघितले. ती तिथे गेली आणि त्या काऊंटरवरच्या बाईला स्वतःची ओळख करून दिली आणि दूर भारतातल्या उत्तराखंड येथे चाललेल्या टासच्या कामाविषयी सांगितले. ॲपल सायडर बनवण्यासाठी प्रकल्प सुरू करण्यासाठी 'न्यू फॉरेस्ट' तिला ज्ञान व माहिती देण्यासाठी कितपत मदत करू शकेल या शक्यतेचा विचार करते आहे, असे ती म्हणाली. ती स्त्री 'मेरी टॉप' तिच्या वडिलांशी बोलली. संस्थापक 'बॅरी टॉप' या कल्पनेविषयी अतिशय उत्सुक दिसले. आयेशाने तेव्हा त्यांना स्पष्टपणे सांगितले की अगदी त्यांनी योग्य माहिती पुरवली तरीही त्यांची भरमसाट फी देण्यासारखी टासची परिस्थिती नाही. ती म्हणाली येणाऱ्या तंत्रज्ञांच्या भेटीसाठी त्यांची तिथल्या हॉटेलमध्ये राहण्याची सोय आणि त्यांचं विमानाचं तिकीट एवढंच तिला परवडू शकतं. आयेशाने तिच्या नेहमीच्या सौम्य आणि मनमोकळ्या मोहकतेने सादर केलेल्या त्या प्रस्तावाचा बॅरीने लगेच स्वीकार केला.

लवकरच, बॅरी आणि मेरी ॲपल सायडर बनवणाच्या प्रकल्पासाठी उत्तराखंडमध्ये येऊन दाखल झाले. इंग्लंडहून भारतात येण्याचा बॅरीचा सर्व प्रवासखर्च आयेशाने दिला. जरी ती मेरीचा प्रवासखर्च देऊ शकली नाही तरी बॅरी आणि मेरी दोघांचा भारतातील आतिथ्यसेवेचा खर्च तिने केला. ते विक्रम मारियाच्या 'सितला' रिसॉर्टमध्ये राहिले होते.

विक्रम मारिया ग्रामीण शाश्वत विकासामधील अजून एक धडाडीचा वीर असल्यामुळे हॉटेलमध्ये निवासव्यवस्थेच्या रकमेत त्याने उदारपणे सूट दिली.

टाससाठी योग्य ठरू शकतील अशी उत्पादने बनवणाऱ्या उत्पादकांकडे तसेच इतर सेंद्रिय अन्नपदार्थांच्या उत्पादकांकडेसुद्धा बॅरी आयेशाला घेऊन गेला. त्याने मोठ्या प्रमाणावर सेंद्रिय 'पोर्क सॉसेजेस' बनवणाऱ्या 'सिलफील्ड फार्म कॅम्ब्रीया' या कंपनीच्या संस्थापकाशी पीटर गॉटशी आयेशाची ओळख करून दिली. पीटरने डुकराच्या मांसाचे हे चटकदार ग्लूटेनफ्री सॉसेज कसे बनवायचे ते आयेशाला सांगितले आणि तशा प्रकारचे उत्पादन भारतात टास संबंधितांकडून बनवले गेले आणि त्यांच्या दुकानातून विकले.

टासच्या नवीन उत्पादनातल्या प्रवेशाने अनेक इतर उपक्रमांना जन्म दिला. उदाहरणार्थ चीज बनवताना गुरांच्या गोठ्यापासून चीज बनवायच्या प्रकल्पापर्यंत दूध पोहचवावे लागते, ते थंड ठेवण्यासाठी महागड्या रेफ्रिजरेशन उपकरणांची गरज भासते. तसेच भारतीय बाजारपेठेसाठी कोणत्या प्रकारचे चीज योग्य ठरेल – यासारख्या बाबींवरती संशोधन चालू आहे. त्याचप्रमाणे सेंद्रिय पद्धतीने, डुकराच्या मासाचे सॉसेजेस बनवण्याबाबतही काही गोष्टी आहेत. सायडर प्रकल्पात कदाचित नियम-नियमावलींच्या बाबत काही प्रश्न उभे राहतील. या सर्व गोष्टीत आयेशा आणि टासची टीम बराच काळ व्यग्र राहणार आहे. या गोष्टी नक्कीच कौतुकास्पद आहेत कारण प्रत्येक प्रकल्प हा त्या त्या क्षेत्रातील आघाडीच्या लोकांसाठी एक आयुष्यभर किंवा त्यापेक्षाही जास्त वेळ घेणारा प्रकल्प आहे. मग ते कॅलिफोर्नियातील 'काऊगर्ल' असो, कॅम्ब्रीयातील 'सिलफील्ड फार्म' असो किंवा ॲपल सायडर बनवणारे 'न्यू फॉरेस्ट' असो.

या नवीन प्रकल्पांमुळे आयेशाला सेंद्रिय खाद्यपदार्थांच्या संदर्भात आणखी उपक्रम वाढवायला प्रोत्साहन व आत्मविश्वास मिळाला आहे. तिला याची जाणीव आहे की तिच्या मनात जेवढे प्रकल्प आहेत त्यांची अंमलबजावणी करण्यासाठी टासकडे अजून पैसा किंवा व्यवस्थापनाची साधने नाहीत. कन्फेक्शनरी, पाय यासारखी नवीन अत्याधुनिक सेंद्रिय उत्पादने तसेच सेंद्रिय खाद्यपदार्थांची रेस्टॉरंट्स चालू करणे यासारख्या नवीन व्यावसायिक कल्पना, सेंद्रिय जेवणाचा पुरवठा करणाऱ्या सेवा आणि असेच इतर बऱ्याच गोष्टी अजूनही स्वप्नांच्या राज्यातल्या गोष्टी आहेत. म्हणून ती सध्या यापूर्वी कधीही न केलेल्या वा टाळलेल्या गोष्टी करत आहे. त्या गोष्टी म्हणजे पैसा गुंतवणारा भागीदार शोधणे. त्याचप्रमाणे टास ला सुयोग्य व्यवस्थापनाचा आधार मिळवून देणे. अशा प्रकारचे धोरणी गुंतवणूकदार शोधणं ही काही सोपी गोष्ट नाही. कारण त्यांची आणि आयेशाची मूल्ये आणि तत्त्वे एकच असणं गरजेचं आहे. तरीसुद्धा अशा गोष्टी हाताळण्याचा तिचा विक्रम बघता, याला काही फार वेळ लागणार नाही!

सेंद्रिय खाद्यपदार्थांविषयीचे—ज्ञान

सेंद्रिय खाद्यपदार्थांचा मुख्य फायदा काय आहे? कमीत कमी घातक कीटकनाशके आणि रसायने.

सेंद्रिय खाद्यप्रकार महागडे असतात का? हो! कारण त्याचा उत्पादन खर्च. सेंद्रिय मसाले जास्त तेज असतात त्यामुळे ते कमी लागतात आणि स्वस्त पडतात. पारंपरिक पद्धतीने वाढवण्यात येणाऱ्या खाद्यपदार्थांमध्ये पर्यावरणाची हानी आणि त्यामुळे होणारी आरोग्याची हानी विशेषतः लहान मुलांची – प्रतिबिंबित होत नाही. सेंद्रिय पद्धतीने वाढवलेले खाद्यपदार्थ समाजासाठी खऱ्या अर्थाने हितकारक असतात. विशेषकरून धान्य आणि कडधान्यांसारख्या मुख्य अन्नघटकांचा विचार करता.

मांस आणि अंड्याचे काय? जर पशुधन पिंजऱ्यात बंदिस्त केलेले नसेल तर ते जास्त आरोग्यपूर्ण आणि चविष्ट असते. शिवाय पशुधनाला मुक्त ठेवणेच जास्त माणुसकीचे आहे.

(जीवनसत्त्वाचा पुरवठा करणारी कृत्रिम द्रव्ये आणि डॉक्टरांची फी यांच्यावर कमी विचार करण्याचा विचार प्रत्येकाने केलाच पाहिजे.)

जर एखाद्याला काही प्रमाणातच सेंद्रिय अन्न परवडत असेल तर तुम्ही नेमके कोणते पदार्थ सुचवाल? फळे आणि भाजीपाला घ्या. कारण त्याऐवजी वापरल्या जाणाऱ्या पारंपरिक पर्यायात जास्त कीटकनाशके शोषली गेलेली असतात .

7

सलोनी मल्होत्रा

ग्रामीण बी.पी.ओ. (बिझिनेस प्रोसेस आऊटसोअर्सिंग)

ग्रामीण भागामध्ये कुशल रोजगार निर्मितीसाठी मनापासून कार्यरत असणारी सलोनी मल्होत्रा देसी क्रूची संस्थापक आहे. देसी क्रू ही संस्था सामाजिक जाणिवेने प्रेरित होऊन बी.पी.ओ. (व्यवसाय प्रणाली बाह्यस्रोत करणे) चे काम करते. ही कंपनी खेडेगावातील वितरण केंद्रातून माहिती आणि तंत्रज्ञानाशी संबंधित कामे करते. ती संगणक कार्यप्रणालीचं

शिक्षण घेण्यासाठी ग्रामीण तरुणांना प्रवृत्त करते, प्रोत्साहन देते आणि त्यांना बी.पी.ओ.मध्ये नोकरी देते; अन्यथा अशी नोकरी करण्यासाठी त्यांना शहरात जाण्याशिवाय पर्याय नव्हता. देसी क्रूने प्रारंभी मूलभूत पण बारीकसारीक अशा सेवा पुरवल्या आणि नंतर हळूहळू स्वतःमध्ये सुधारणा करत अत्याधुनिक ई-कॉमर्स किंवा विश्लेषणात्मक कामे केली. खेडेगावातील संपत्ती शोषून घेण्यापेक्षा देसी क्रू ती संपत्ती तिथेच निर्माण करते याचा देसी क्रूला अभिमान वाटतो. जर अशा प्रकारच्या सर्वसमावेशक विकासाची कल्पना देशभर पसरली तर ग्रामीण अर्थव्यवस्थेवर त्याचा महत्त्वाचा परिणाम होईल.

पार्श्वभूमी

सलोनी दक्षिण दिल्लीमध्ये वाढली आणि कारमेल कॉन्व्हेंट या शाळेत शिकली. तिचे आईवडील डॉक्टर आहेत. तिची आई स्त्रीरोगतज्ज्ञ आहे आणि स्वतःचा खाजगी व्यवसाय करते. तिचे वडील अलीकडेच निवृत्त झाले. ते ऑल इंडिया इन्स्टिट्यूट ऑफ मेडीकल सायन्सेस या प्रतिष्ठित संस्थेत न्यूक्लिअर मेडिसिन या विभागाचे विभाग प्रमुख आणि प्राध्यापक होते. परंतु सलोनीने मात्र स्वतःचा मार्ग चोखाळला आणि अभियांत्रिकी शिकण्याचे ठरवले.

तिच्या पालकांनी तिला ग्रामीण भागात कुशल रोजगार निर्माण करण्याच्या तिच्या ध्येयाचा पाठपुरवठा करण्यासाठी प्रोत्साहन दिले. आणि घरापासून लांब राहून एक व्यवसाय सुरू करण्यात तरुण भारतीय मुलींना ज्या अडचणी येतात त्या अडचणींवर मात करण्यासाठी मदत केली. उदाहरणार्थ, तिच्या आईवडिलांनी सलोनीने लग्न आणि कौटुंबिक आयुष्य याला प्राधान्य द्यावं याबद्दल तिच्यावर कधीही दडपण आणलं नाही. वस्तुतः त्यांनी सलोनीला नेहमी हेच सांगितलं की तिने आधी स्वतःला एखाद्या करियरमध्ये गुंतवावं आणि मगच लग्नाचा विचार करावा. तिने त्यांचा सल्ला मानला आणि देसी क्रूच्या उभारणीसाठी स्वतःचा वेळ अर्पण केला आणि खूप परिश्रम घेतले. खरेतर, देसी क्रूचं काम एवढं धावपळीचं होतं की लग्नाच्या शक्यतेचा विचार करण्यासाठी तिला वेळच नव्हता.

सलोनी म्हणते, 'ग्रामीण महाराष्ट्रातून आलेली अभियांत्रिकी महाविद्यालयातली माझी मैत्रीण पल्लवी एकदा मला अभिमानाने म्हणाली की ती आता संगणकशास्त्राचा अभ्यास करणार आहे. पण नंतर त्या बिचारीला काम करायला संगणकच फारसा उपलब्ध नव्हता हे कळल्यावर ग्रामीण भारतात काम करण्याच्या माझ्या इच्छेला पुष्टी मिळाली. संगणकशास्त्राचा अभ्यास केल्यावर तिला मस्त पगाराची नोकरी मिळायला मदत होईल आणि त्यानंतर फायदाच

फायदा, असे तिला अगदी ठामपणे वाटत होते. मला तिच्यासारख्या लोकांसाठी खरंच वाईट वाटते कारण शहरी लोकांना सहज उपलब्ध असलेल्या संधी ग्रामीण भागात राहणाऱ्यांना मिळतच नाहीत. पल्लवीने मला हे दाखवून दिले की तिच्यात आणि माझ्यात एक गोष्ट समान आहे ती म्हणजे एकमेकींच्या जगाबद्दल अज्ञान. जेव्हा आपण ग्रामीण भागातील तरुणांसाठी उपजीविकेच्या साधनांचा विचार करतो तेव्हा शेती किंवा हस्तकलांचाच विचार करतो आणि उच्च तंत्रज्ञान क्षेत्रातल्या संधीकडे दुर्लक्ष करतो, असा विचार माझ्या मनात आला. कला, वाणिज्य आणि अभियांत्रिकी शाखेतील तरुण पदवीधारकांच्या झुंडी उच्च तंत्रज्ञानातील नोकरी शोधायला शहरात येतात. या लोकांनी नोकरीच्या शोधात शहरात येण्याऐवजी आपण या नोकऱ्याच या लोकांपर्यंत पोचवू शकलो तर? सुशिक्षित ग्रामीण तरुणांसाठी उच्च तंत्रज्ञानातील नोकऱ्या त्यांच्याच गावात निर्माण करण्याच्या कल्पनेने मला उत्साह आला. नव्हे, ते तर माझे ध्येयच बनले.'

पुण्यातल्या अभियांत्रिकी महाविद्यालयात असताना सलोनीने अभ्यासेतर उपक्रमांमध्ये मनापासून भाग घेतला. पुण्याच्या जवळपासच्या खेडेगावातील विकास कार्यक्रमात सहभागी होणाऱ्या लायन्स क्लबच्या कनिष्ठ गटाची ती अध्यक्ष होती. या अनुभवामुळे तिला कळून चुकले की ग्रामीण भागातील विकासाची कामे तिला चांगली जमतील आणि तिला त्यात आनंद पण मिळेल.

सलोनीने ठरवले की अभियांत्रिकीच्या अभ्यासानंतर ती व्यवस्थापन शास्त्रात प्रावीण्य मिळवण्याचा नेहमीचा शिरस्ता अवलंबणार नाही. त्याऐवजी करियरबाबत कोणताही निर्णय घेण्याआधी काम करून थोडा अनुभव मिळवणे पसंत करेल. तिची पहिली नोकरी वेबचटनी नावाच्या स्टार्टअपमध्ये होती. ही एक परस्परांच्या प्रश्नांवर चर्चा करून (इंटरनेटवर चर्चेद्वारे) तोडगा सुचवणारी दिल्लीतली आघाडीची सल्लागार कंपनी होती. तिचा हेतू त्यावेळेला एखाद्या स्टार्टअपची व्यवस्था कशी असते, हे शिकण्याचा होता. त्यावेळेससुद्धा ती आपल्याला सरतेशेवटी काय करायला आवडेल, याचाच विचार करत होती.

जरी सलोनीला ग्रामीण युवकांच्या उद्धारासाठी काम करायचे होते तरी तिला काही धर्मादाय संस्था चालू करायची नव्हती. तिला स्वतःला ग्रामीण भागात कुशल रोजगार निर्माण करणारा, तिचा स्वतःचा नफा कमावणारा व्यवसाय सुरू करायचा होता. अशातच ती आय.आय. टी. चेन्नईच्या प्रा. अशोक झुनझुनवालांना भेटली. ज्यांनी या आधी 'टी नेट ग्रूप'चा विकास केला होता. हा ग्रामीण भागात ब्रॉडब्रॅन्डचे जाळे निर्माण करून जागतिक दर्जाचे तंत्रज्ञान परवडणाऱ्या किमतीत देणारा एक दूरसंचार उपक्रम होता. ग्रामीण भागामध्ये पैसा ओतून सामाजिक व्यवसाय करण्याच्या कल्पनेचा पुरस्कार करण्यासाठीही ते प्रसिद्ध होते. हे सर्व सलोनीला खूपच भावले. आपल्या अनुभवांवर बोलण्यासाठी ते एकदा दिल्लीत आले होते.

भारतातील शहरी भागामध्ये बी.पी.ओ. उद्योगाने निर्माण केलेल्या असंख्य नोकऱ्यांबद्दलही ते त्यानंतर बोलले. 'भारतातील ग्रामीण भागातसुद्धा हे का घडत नाही?' असा प्रश्न त्यांनी उपस्थित केला. त्यांच्या श्रोत्यांमध्ये त्यावेळी २३ वर्षांची नुकतीच अभियंता म्हणून पदवी घेतलेली आणि ग्रामीण भागात काम करण्यासाठी एका पायावर तयार असलेली सलोनी होती. प्राध्यापकांकडून तिला प्रेरणा मिळाली आणि तिने त्यांना पत्र लिहिले की तिला त्यांच्यासोबत काम करण्याची संधी मिळेल का? ती खरंच याबाबत गंभीरपणे विचार करते आहे का याची त्यांना प्रारंभी खात्री वाटेना. पण ती तिच्या म्हणण्याला चिकटून राहिली. तिच्या चिकाटीमुळे प्रभावित होऊन प्राध्यापकांनी तिला चेन्नईला आय.आय.टी. मधील रुरल टेक्नॉलॉजी अँड बिझनेस इनक्युबेशन सेंटर येथे भेटायला बोलावले.

सलोनी चेन्नईला आल्यानंतर एकदोन दिवसांनी तिचे हेतू आणि योजना समजून घेण्यासाठी प्राध्यापकांनी तिची सखोल परीक्षा घेतली. त्यावेळी सलोनीच्या मनात तिला नक्की काय करायला आवडेल याची कल्पना अजून साकार झाली नव्हती. प्राध्यापक झुनझुनवालांच्या या मुलाखतीमुळे तिच्या कल्पना स्पष्ट झाल्या. आधुनिक संपर्काचे तंत्रज्ञान वापरून त्याला ग्रामीण कार्यशक्तीची जोड देऊन एक आऊटसोअर्सिंग व्यवसाय सुरू करावा या कल्पनेकडे ती ओढली गेली. हा प्रकल्प अमलात आणावा आणि प्रकल्पाच्या सुरुवातीच्या काळात आय.आय.टी.ने सलोनीचा हा प्रकल्प इनक्युबेशनसाठी घ्यावा, असे प्रा. झुनझुनवालांना वाटले. यामुळे सलोनीला बीजभांडवल, कार्यालयासाठी जागा आणि मूलभूत सुविधा त्याचप्रमाणे मार्गदर्शन मिळाले असते आणि नवीन व्यावसायिक संबध प्रस्थापित झाले असते.

सलोनी दोन ते तीन दिवस राहण्याच्या बेताने चेन्नईला आली होती पण प्रा. झुनझुनवालांच्या भेटीनंतर पुढची सात वर्षे ती तिथेच मुक्काम ठोकून राहिली.

सलोनीने २००४ मध्ये तिची दिल्लीतली नोकरी सोडली आणि तिच्या प्रकल्पाच्या प्रारंभीच्या कार्यकालासाठी चेन्नईला पुनर्प्रस्थापित झाली. भाषा ही एक फार मोठी अडचण होती आणि स्थानिक संस्कृती समजून घेणे आणि तिच्या स्वप्नाविषयी ग्रामीण तरुणांना प्रेरित करणे यासारखे इतर सामाजिक प्रश्नसुद्धा होते. या सगळ्यासाठी खूप कष्ट घ्यावे लागणार होते पण ते फार यशस्वीपणे पार पडले. कारण त्यामागे एका तरुण मुलीची तिच्या ध्येयाविषयीची आणि ते स्वप्न प्रत्यक्षात उतरवण्याची तिची प्रचंड कळकळ होती. सलोनीला आय.आय.टी. चेन्नईकडून पाठबळ मिळाले आणि स्थानिक लोकांचा उपयोग झाला. व्यक्तिगत गोष्टीबाबत बोलायचे तर ती चेन्नईमध्ये ग्रामीण विकासात रस घेणारे डॉ. राजाराम आणि त्यांची पत्नी ललिथा यांच्याबरोबर राहिली. त्यांनी तिची अगदी आईवडिलांसारखी काळजी घेतली. ग्रामीण विकासात त्यांना तेवढाच रस होता आणि त्यांच्या ग्रामीण विकास संस्थेत सलोनी एक संस्थापक विश्वस्त बनली.

प्रकल्पावर काम सुरू करण्याबाबत सलोनी म्हणते, 'प्रारंभी तामिळनाडू आणि कर्नाटकात खेडेगावातलेच स्थानिक कर्मचारी असणारे अनेक छोटे बी.पी.ओ. निर्माण करून ग्रामीण भागामध्ये नोकऱ्या निर्माण करून उत्पन्नाचा ओघ चालू करावा, अशी प्रा. झुनझुनवालांची आमच्याकडून अपेक्षा होती. मला प्रकल्पाची अंमलबजावणी करण्यास आणि बी.पी.ओ. कंपनी सुरू करण्यासाठी १८ महिने देण्यात आले होते. सर्वप्रथम मला स्थानिक संस्कृती जाणून घ्यायला वेळ लागला. नंतर आमचा उपक्रम कुठपासून चालू करता येऊ शकेल यासाठी वेगवेगळ्या ठिकाणांची मी पाहणी केली आणि व्यवसाय म्हणून ग्रामीण बी.पी. ओं.ची वाढ होण्यासाठी विविध प्रकारच्या आदर्श नमुन्यांची पाहणीसुद्धा केली. उदाहरणार्थ, तामिळनाडू आणि कर्नाटकामध्ये खेडेगावात शिक्षणाचा पुरस्कार करण्यासाठी अगोदरच अस्तित्वात असलेल्या इंटरनेटच्या केंद्रातून (किओस्क) देसी क्रूला काम करता येईल का हे मी तपासून पहिलं. तथापि, ती कल्पना मागे पडली कारण जेव्हा किओस्क्समधले संगणक वापरले जात नसत त्या काळातील खर्चालाही तोंड द्यावे लागण्याची शक्यता असल्यामुळे ही योजना अव्यवहार्य ठरली. त्याचप्रमाणे गावातील लोकांकडून घरूनच काम करवून घेण्याची संकल्पनासुद्धा अपुऱ्या पायाभूत सुविधा आणि बी.पी.ओ. व्यवसायाच्या गरजांबद्दल समजुतीचा अभाव असल्याकारणाने सुरूच करता आली नाही. सलोनीच्या लक्षात आलं की खेडेगावातल्या लोकांकडे घरात पुरेशा सोयी नसतात आणि दीर्घकाळ, नियमित काम करण्यासाठी जी स्वयंशिस्त लागते, तिचाही अभाव असतो.'

आणि मग इतर व्यावसायिक प्रारूपांचाही विचार करण्यात आला. फ्रँचाईझीच्या माध्यमातून काम करणे ही अशीच एक पद्धत होती. पण सलोनीच्या असं लक्षात आलं की, व्यवसाय करण्यासाठी गुंतवणूक करण्यात या फ्रँचाईझीजना रस नसतो. ते वरवर आणि लगेच परतावा कसा मिळेल, हे बघत असतात. ते नेहमी स्वस्त आणि जुने संगणक खरेदी करतात ज्यात चटकन व्हायरस शिरतो आणि समस्या उद्‌भवते. व्यवसाय मिळवण्यासाठी सलोनीला तिचे आय.आय.टी.तले संबंधित लोक आणि मित्र यांच्याकडे जावे लागले. काही कामं मिळाली पण त्यांचे प्रमाण एखादा उद्योग चालवायला पुरेसे होइल इतपत नव्हते आणि अगदीच किरकोळ होते. एका विचित्र फ्रँचाईझीने तर देसी क्रूने कष्ट करून मिळवलेल्या व्यवसायासह, संपूर्ण प्रशिक्षित संघाबरोबर त्याचप्रमाणे उपकरणे आणि साधनांसहित पोबारा केला. दाद मागण्यासाठी सलोनीला पोलिसांत जावे लागले. अवघ्या तीन महिन्यांतच सलोनीला कळून चुकले की फ्रँचाईझीची कल्पना निरुपयोगी आहे.

वेळ तर निघून चालला होता आणि सलोनीला प्रा. झुनझुनवालांकडे ठरलेल्या वेळेच्या आत व्यवस्थित चालणारा व्यवसाय घेऊन परतायचे होते. दडपण वाढत चालले होते. तेव्हा सलोनीच्या असे लक्षात आले की देसी क्रूने स्वतःची बी.पी.ओ. केंद्रे चालू केली पाहिजेत

आणि हीच पद्धत देसी क्रूच्या व्यवसायासाठी आदर्श ठरेल. मग तिने देसी क्रूचे व्यावसायिक प्रारूप कसे असावे, हे ठरवण्यावर लक्ष केंद्रित केले. सुरुवातीला, आवश्यक ती जास्तीची गुंतवणूक करून तिने काही फ्रँचाईझी विकत घेण्याची आणि ती केंद्रे कंपनीच्या मालकीची बनवण्याची योजना आखली.

सलोनीला आठवते, 'नवीन कंपनीसाठी खूप नवीन नावे सुचवली गेली. पण त्यातले देसी क्रू हेच सर्वांत चांगले वाटले; देसी म्हणजे अस्सल देशी आणि 'क्रू' म्हणजे कार्यकर्ते; छोटंसं आणि समर्पक नाव! जानेवारी २००५ मध्ये देसी क्रूने काम सुरू केले, इन्क्युबेशनचा काळ संपल्यानंतर फेब्रुवारी २००७ मध्ये तिची नोंदणी एक खाजगी कंपनी म्हणून झाली.

देसी क्रूचे व्यावसायिक प्रारूप

देसी क्रू हा तंत्रज्ञानावर आधारित फायदा कमावणारा सामाजिक उद्योग आहे जो वाजवी दरात ग्राहकांच्या समस्यांवर तोडगे पुरवतो; त्याचप्रमाणे जे प्रशिक्षित आहेत अशा ग्रामीण युवकांना उच्च दर्जाच्या नोकरीच्या संधी देतो आणि त्यांच्याच गावात नोकरी मिळवून देतो. अशा प्रकारे, त्यांच्या उत्पन्नाच्या ९०% भाग त्यांना बचत करून ठेवता येतो. जर ते शहरात गेले असते तर याउलट फक्त १०% बचत ते करू शकले असते.

शहरी बी.पी.ओ. बऱ्याच वेळी ग्रामीण भागातील युवकांना नोकरी देतात. त्यामुळे त्यांना शहरात स्थलांतर करावे लागते. त्याऐवजी देसी क्रू नोकऱ्याच गावाकडे घेऊन जाते. यामुळे त्यांना गावातच राहण्याचे बळ मिळते आणि गावाकडून शहराकडे होणारे स्थलांतर थांबते. या देसी क्रूच्या उदाहरणावरून भारतातील बी.पी.ओ. उद्योगाला दोन मुख्य अडचणींवर मात करण्यासाठी मदत मिळते. त्या म्हणजे जमिनीच्या सतत वाढणाऱ्या किमती आणि सतत नोकरी बदलण्याची प्रवृत्ती.

देसी क्रूने त्याची पहिली ग्रामीण बी.पी.ओ. चेन्नई आणि कोईम्बतूर जवळच्या भावनी, माईल धूराई आणि तिरुपूर या खेड्यात सुरू केली. त्याचे अगदी अलीकडचे केंद्र कर्नाटकातील पश्चिम घाटात, समुद्र किनाऱ्यावरच्या 'कौप' नावाच्या खेड्यात सुरू झाले आहे.

न्यू होरायझन मीडिया नावाच्या प्रकाशन संस्थेकडून देसी क्रू बी.पी.ओ. ला पहिले काम मिळाले. यात पुस्तकांच्या डिजिटल आवृत्त्या काढण्याचा समावेश होता. कंपनीचे संचालक बद्री शेषाद्री म्हणतात, 'काम उत्तम प्रकारे पार पडले, ते कमी किमतीत झाले. त्यात एक गोष्ट चांगली होती की, ग्रामीण भागात कुशल रोजगार त्यामुळे उत्पन्न झाला आणि हे काम

संगणकाद्वारे पाठवल्यामुळे (ऑनलाइन) पुस्तके डिजिटल करण्यात अजिबात उशीर झाला नाही.'

देसी क्रूने सुरुवाती सुरुवातीला उदा. डेटा भरणे, रूपांतरित करणे, डिजिटल करणे, डेटाबेस अद्ययावत करणे आणि इंग्रजी व इतर भारतीय भाषांमध्ये लिप्यंतर करणे अशा मूलभूत बी.पी.ओ. सेवा पुरवल्या. नंतर देसी क्रूच्या यशस्वी कामगिरीने हे दाखवून दिले की त्याची ग्रामीण बी.पी.ओ. ही नुसती मूलभूत पण क्षुल्लक कामे करण्यापेक्षा जास्त काही करू शकते. डिसेंबर २००७ मध्ये दोन महत्त्वाच्या संस्थांनी देसी क्रूला यशस्वीपणे जोरदार मुसंडी मारण्याची संधी दिली; एच.डी.एफ.सी. स्टॅन्डर्ड लाईफ आणि गुगल इंडिया आर. ॲन्ड डी. एच.डी.एफ.सी.चे काम विम्याचा अर्जांचा पाठपुरावा करणे आणि ते व्यवस्थित लावणे होते; तर गुगलचे काम होते जी.पी.एस. (ग्लोबल पोझिशनिंग सिस्टिम्स) च्या नकाशात तपशील अंतर्भूत करणे. या दोन्ही कामांमुळे देसी क्रूला अशी एक कंपनी बनण्यासाठी प्रोत्साहन मिळाले जी प्रतिष्ठित कंपन्यांना नवीन परिष्कृत सेवा प्रदान करू शकेल. अशा प्रकारच्या सेवांमध्ये मजकूर बारकाईने तपासणे आणि तो दुरुस्त करून घेणे, दुय्यम स्तराचे संशोधन आणि व्यवस्थापकीय सेवा समाविष्ट असतात. तेव्हा देसी क्रूने विविध क्षेत्रातील उच्च स्तरावरच्या सेवा देऊ करायला सुरुवात केली. विपणन व्यवस्था (मार्केटिंग), वित्त, माध्यमे (मीडिया) संगणकीय शासनव्यवस्था (ई-गव्हर्नन्स) आणि विविध ग्राहकांना सामाजिक कक्षा पुरवणे. या ग्राहकांमध्ये भारतातील आणि परदेशातील प्रकाशक, बँका आणि दवाखान्यातील विमा कंपन्यांचा अंतर्भाव होता.

२००७ साली शेवटीशेवटी, कंपनी जरी झगडत होती तरी तिचा भविष्यकाळ उज्ज्वल भासू लागला आणि काही मोठ्या बी.पो.ओ. आणि गुंतवणूकदारांनी, आकर्षक प्रस्ताव देऊन कंपनी विकत घेण्याची तयारी दाखवली. तथापि देसी क्रूच्या निष्ठावान, संबंधाची घट्ट वीण असलेल्या, मुख्य कार्यकारी संघाला (कोअर टीम) नवीन मालक कंपनीच्या ध्येयाशी तडजोड करतील अशी चिंता वाटली. सलोनीने सर्व प्रस्तावांची तिच्या मुख्य टीमशी चर्चा केली आणि मग काही पर्याय सुचवले. एक तर देसी क्रू विकली जाईल किंवा शक्य झाल्यास कमी पगार घेऊनही परिश्रम करेल. देसी क्रूने स्वतःला विकू नये, अशी जोरदार शिफारस टीमने केली आणि तिचे जे ध्येय आहे आणि ज्यामुळे त्यांना प्रेरणा मिळाली आहे अशा खेडेगावातील तरुणांना प्रशिक्षित करून त्यांना तंत्रज्ञानावर आधारित नोकऱ्या पुरवण्यावर आपले लक्ष केंद्रित करावे अशीही शिफारस केली. म्हणून देसी क्रू विकत घेण्याचे सर्व प्रस्ताव नाकारले गेले.

याच वेळेला सलोनीचे एक मार्गदर्शक, राजीव कूचहाल यांनी एखाद्या देवदूताप्रमाणे, देसी क्रूमध्ये गुंतवणूक करायचे ठरवले. राजीव यांनी, इनफोसिस बी.पी.ओ.चे नेतृत्व केले

होते आणि स्वतः बरोबर त्या क्षेत्रातले ज्ञान आणि भरपूर अनुभव आणला होता. ते २००८ मध्ये कार्यकारी मंडळावर आले आणि देसी क्रूला जोरदार गती प्राप्त झाली.

राजस्थान सरकारबरोबर काम करत असलेल्या इन्फ्रास्ट्रक्चर लिझींग अँड फायनान्स कॉर्पोरेशनचे एक खास आव्हानात्मक काम देसी क्रूला मिळाले. राज्य शासनाच्या एका कल्याणकारी योजनेच्या लाभार्थी असलेल्या हजारो गरीब महिलांपर्यंत पोहोचण्याचे हे काम होते. त्यांची तपशीलवार नोंदणी करून प्रत्येक लाभार्थीचे बँकेत खाते उघडून देऊन त्यांचा भत्ता थेट त्यांच्या खात्यात हस्तांतरित व्हावा अशा गोष्टी त्यात अंतर्भूत होत्या. हा खूप मोठा प्रकल्प होता. देसी क्रूच्या क्षमता त्याने मर्यादेच्या बाहेर ताणल्या. देसी क्रूने जयपूरमध्ये नवीन कार्यालय उभे केले आणि चार महत्त्वाचे कार्यकारी अधिकारी तिकडे पाठवण्यात आले. यामागे अशी कल्पना होती की तिथले काम कार्यरत असणाऱ्या देसी क्रूच्या केंद्रांमध्ये आणावे. पण जसा तो प्रकल्प सुरू झाला तसे त्या प्रकल्पाचे स्वरूपच बदलले आणि कामाचा व्याप एवढा वाढला की मनुष्यबळाची आवश्यकता ३०० वरून १५,००० वर गेली आणि देसी क्रू समोर एक पेच उत्पन्न झाला. या प्रकल्पासाठी त्वरित अंमलबजावणीचे नवीन मार्ग शोधायलाच हवे होते. जयपूर इथल्या नवीन कार्यालयाचे रूपांतर एका प्रकल्प व्यवस्थापन कार्यालयात झाले आणि चार जणांच्या या टीमने लगेच डेटा प्रक्रिया करणाऱ्या कर्मचाऱ्यांना कामावर घेतले आणि संपूर्ण राजस्थानमधील संगणक केंद्रे भाडोत्री तत्त्वावर घेतली आणि राज्यभरातल्या लोकांना काम द्यायला चालू केले. याचा परिणाम असा झाला की शासनाचे संगणकीय काम मोठ्या प्रमाणात हाताळण्याच्या देसी क्रूच्या अंतर्गत क्षमता वाढीस लागल्या.

आर्थिक सहकारी आणि विकास संघटनेने असा अंदाज वर्तवला आहे की ग्रामीण भारतात सुमारे १३ कोटी सुशिक्षित लोक आहेत पण त्यांच्यासाठी चांगल्या नोकऱ्या मात्र उपलब्ध नाहीत. या संभाव्य क्षमतेचा देसी क्रूला उपयोग करायचा आहे. २०१३ मध्ये त्याची तामिळनाडू आणि कर्नाटकाच्या ग्रामीण भागात ५ वितरण केंद्रे होती. पुढच्या दोन-तीन वर्षांमध्ये सुमारे १०० माणसे नोकरीवर असणारी १० ते १२ केंद्रे भारतभर उभारण्याचा त्यांचा मानस आहे. सलोनी स्पष्ट करते, 'आम्ही प्रशिक्षण देत असलेल्या लोकांची संख्या आम्हाला बऱ्यापैकी वाढवून त्यांना खेडेगावात नोकरी द्यायची होती आणि आम्हाला भारतभर पसरलेलं अस्तित्व हवं आहे कारण आता भारतीय भाषातल्या कौशल्यांची मागणी वाढत आहे. आम्ही ज्या सेवा देतो त्यांच्या संदर्भात आम्हाला मूल्य-साखळीमध्ये अजूनही वरवर जायचे आहे.'

देसी क्रूच्या ग्रामीण वितरण केंद्रात बऱ्याच मुली आहेत कारण मुलांना बाहेर जाऊन नोकरी शोधण्याचा पर्याय उपलब्ध असतो. उलटपक्षी मुलींना मात्र लग्न होईतो गावातच

थांबायचे असते. या मुली चांगल्या कमावू लागतात तसा त्यांचा आत्मविश्वास वाढतो. आणखी एक चांगला परिणाम यातून साधला जातो तो म्हणजे पालक त्यांच्या मुलींना शिकण्यासाठी प्रोत्साहन देतात. बहुतेक वेळेस एका गावात एका केंद्र सुरू करून ३ वर्षे झाल्यानंतर मुलंसुद्धा देसी क्रू बरोबर काम करत त्यांच्या गावातच थांबायला तयार होतात. ही गोष्ट देसी क्रूसाठी जणू लिटमस टेस्टच होती. जी देसी क्रू त्या गावात आता दीर्घकाळ टिकून राहणार याचे द्योतक होती.

आव्हाने

देसी क्रू चालू करणे हा एक अत्यंत वेगळा आणि नवीन असा उपक्रम होता. त्यासाठी अनेक आव्हानांवर मात करावी लागली. आपण त्याची चर्चा यानंतरच्या भागामध्ये करणार आहोत.

अनोळखी खेडेगावात जाऊन योग्य कर्मचारी शोधणे ही ग्रामीण बी.पी.ओ. उभी करण्यातली सर्वांत पहिली अडचण होती. या प्रकल्पासाठी कमीत कमी १२ वी पास असलेल्या मुलांची गरज होती. त्याचप्रमाणे त्यांना संगणकाचे मूलभूत ज्ञान असायला हवे होते. कर्मचारी शोधण्याची ही अडचण सोडवण्यासाठी देसी क्रूने एका स्थानिक उद्योजकाबरोबर काम केले. त्याचा त्या खेड्याशी चांगले संबंध होते. त्याने योग्य उमेदवार निवडल्यानंतर त्यांची माहिती मागवून त्यांचे मूल्यमापन करून त्याची यादी केली गेली आणि त्यांची ऑनलाइन परीक्षा घेतली. यानंतर देसी क्रूच्या अधिकाऱ्यांनी त्यांच्या मुलाखती घेतल्या. देसी क्रू एक डी.टच. नावाचा कार्यक्रम घेते. यात तरुण मुलांना तीन महिन्यांसाठी प्रशिक्षण दिले जाते आणि त्यातल्या होतकरूंना उमेदवारी करण्याची संधी दिली जाते. अशा प्रकारे, देसी क्रू खेडेगावातील केंद्रांमध्ये पुरेसा नोकरदार वर्ग शोधू शकते.

दुसरी अडचण म्हणजे निवडलेल्या कर्मचाऱ्यांना त्यांच्याच गावात प्रशिक्षण देणे. बहुतेक नवीन सदस्यांचा उद्योगविश्वाचा हा पहिलाच अनुभव असल्यामुळे त्याना एका परिचयसत्राची गरज होती. हा ग्रामीण कर्मचारी वर्ग कष्टाळू आणि प्रामाणिक होता आणि त्यांना शिकण्याची तीव्र इच्छा होती. पण सफाईदारपणे संवाद साधण्यात ते कमी पडत होते. देसी क्रूमध्ये त्यांना विशिष्ट प्रकल्पासाठीच्या प्रशिक्षणाबरोबर सातत्याने भाषा, इंटरनेट आणि ई-मेल वापरण्याचे आणि इतर संगणकीय कौशल्ये शिकवली गेली. याच्या बरोबरीने या नोकरदारांमध्ये विशिष्ट सकारात्मक दृष्टिकोन तयार केला गेला, उदा. ग्राहकांच्या अपेक्षेला खरे उतरण्याचा निश्चय आणि नेहमीच नैतिकदृष्ट्या काम करणे आणि साधनांचा पुरेपूर वापर करणे.

ग्रामीण बी.पी.ओ. पुरेशा कार्यक्षतेने काम करणार नाहीत, हा समज बदलण्यासाठी पुरेशा सोयीसुविधा निर्माण करणे हे दुसरे आव्हान होते. सलोनी म्हणते, 'वीज जाणे, संपर्क तुटणे किंवा इतर साधने मोडकळीस येणे अशा गोष्टींमुळे काम बंद पडण्याची वेळ येऊ नये याची खातरजमा करण्यासाठी देसी क्रूने पायाभूत सोई-सुविधांवर जोरदार गुंतवणूक केली. 'सर्व कार्यालयातून जनरेटर्स, यू.पी.एस. आणि बॅक-अप्स होते. देसी क्रूच्या अभियंत्यांनी वेबवर आधारित दोन नवीन ॲप्लिकेशन्स बनवली आहेत. 'क्लिक २.०' आणि 'आय. सी.टी.पेगॅसस'. यामुळे ग्रामीण कर्मचारी दूरवरच्या ठिकाणांवरूनही बी.पी.ओ. ची कामे करू शकतात आणि देसी क्रूला त्याच्या दूरस्थ मनुष्यबळ सांभाळण्यास मदत होते. या ॲप्लिकेशन्समुळे गुणवत्ता तपासायला व सुधारायला मदत होते. त्यामुळे वितरणाआधी चुका सापडतात व त्या दुरुस्त केल्या जातात. उदा. पॅगेससमध्ये एक दस्तऐवज छोट्या छोट्या तुकड्यात विभागला जातो आणि दोन वेगवेगळे कामगार प्रत्येक तुकड्यात माहिती भरतात जर त्यात काही विसंगती आढळली तर तो तिसऱ्या कामगाराकडे तपासायला पाठवला जातो. देसी क्रूच्या केंद्रांना भेट देण्यासाठी वेळ काढणाऱ्या ग्राहकांवर व्यवस्थेची छाप पडते आणि जेव्हा ते आमची कार्यालये पाहतात तेव्हा ते आम्हालाच काम देतात.'

देसी क्रूच्या ग्रामीण केंद्राना काम मिळवून देण्यासाठी भारतातील आणि परदेशातील ग्राहक शोधणे आणि काम देण्यासाठी त्यांचे मन वळवणे, हे एक महत्त्वाचे कार्य होते. यासाठी विपणन-व्यवस्थेवर (मार्केटिंग) भरपूर परिश्रम घेण्याची गरज होती. किंमत कमी असूनही काम चांगले आहे कारण जीवनमानाचा खर्च, भाडे आणि दळणवळणासाठी आम्हाला कमी पैसे लागतात आणि नोकरी सोडून जाण्याचे प्रमाण पण कमी आहे, हे ग्राहकांना समजून सांगावे लागत होते.

निधीसंदर्भात बोलायचे झाले तर, सलोनीला चेन्नई आय.आय.टी. कडून सुरुवातीची मदत म्हणून प्राथमिक-बीज-भांडवल मिळालेले होते आणि तिने स्वतःच्या बचतीमधूनही यात काही गुंतवणूक केली होती. व्यवसायातूनही काही पैसा उपलब्ध झाला. तसेच देसी क्रूच्या प्रारंभीच्या संघर्षाच्या काळात व्यावसायिक स्पर्धांमध्ये बक्षिसे मिळवून व्यवसायासाठी निधी उभारला गेला!

ग्रामीण बी.पी.ओ.च्या व्यवसायाच्या अर्थकारणाचे काही वैशिष्ट्यपूर्ण गुणधर्म आहेत. ज्यामुळे आर्थिकदृष्ट्या व्यवस्था लावणे जरा अवघड होते. बहुतेक बी.पी.ओ.चे ग्राहक किमतीबद्दल जास्त जागरूक असतात आणि ग्रामीण केंद्रामध्ये काम करणाऱ्या एका योग्य माणसाच्या रोजगारासंबंधी त्यांची जी पूर्वकल्पना असते त्यापेक्षा तो जास्त झाला तर ते पैसे द्यायला नाराज असतात. अनेकदा त्यांची 'योग्य माणसाच्या रोजगाराची पूर्व कल्पना' ही देसी क्रूसाठी खूपच कमी असते. कारण देसी क्रू उच्च दर्जा टिकवण्यासाठी उत्तम पगार देते.

रोकड रकमेची व्यवस्था ही कायमच अवघड होती आणि सलोनीला खर्चांची तोंडमिळवणी करण्याचा ताणाला नेहमीच सामोरे जावे लागत होते.

लिंगभेदामुळे महिला उद्योजकांना ज्या सामाजिक-सांस्कृतिक आव्हानांना तोंड द्यावे लागते त्याबाबत बोलताना सलोनी म्हणते, 'अशा प्रकारची आव्हाने बहुतेक वेळा तुमच्या मनात असतात. अशा प्रश्नांचा विचार करावा असे कधी मला वाटले नाही. माझ्या अनुभवाप्रमाणे, मला लिंगभेदापेक्षा माझ्या वयामुळे खूप अडचणी आल्या. कारण मला अनुभव नव्हता आणि मी तरुण होते. त्यामुळे लोक माझा गांभीर्याने विचारच करत नसत. त्यांचा विश्वास संपादन करणे मला खूप कठीण गेले. काही व्यावसायिक तर माझ्याशी असे वागले की मी जणू काही प्रबंधासाठी मजकूर गोळा करत आहे.'

यात आश्चर्य वाटण्यासारखे काही नाही. कारण सलोनी सुंदर आहे आणि तिच्या वयापेक्षा जास्त तरुण दिसते. जेव्हा एखाद्या पुरुष अधिकाऱ्याकडून काही खाणाखुणा किंवा अश्लाघ्य वर्तन होते, तेव्हा काय? असे विचारल्यावर सलोनी म्हणते, 'हे नेहमीचेच आहे, तेव्हा त्याचा बाऊ करण्यात काय अर्थ आहे? शिवाय ते सहजपणे हाताळता येते.'

उद्योजकतेच्या तिच्या अनुभवाबद्दल सलोनी म्हणते, 'एखाद्या कल्पनेवर शून्यातून काम सुरू करणे आणि तेसुद्धा कोणत्याही माहिती वा संदर्भाविना हे आव्हानात्मक होते. पण त्यात मजाही आली. मला प्रवासही करायला आवडतो आणि मला दूरदूरच्या ठिकाणी प्रवास करण्यासाठीच देसी क्रूसारखे काहीतरी सुरू करायचे होते. मला वाटते की अखेरीस हे सर्व जोखीम पत्करण्याशी येऊन थांबते. या अनुषंगाने, उद्योजक बनण्याचा फारच गवगवा केला जातो. आपण हे विसरायला नको की, दिवसाच्या शेवटी आपणच आपली 'टीम' असतो. ज्यांना स्टार्टअप सुरू करायची आहे अशा उद्योजकांना मी एवढेच सुचवेन की त्यांच्याकडे एखाद्या गोष्टीचा पिच्छा पुरवण्याची तीव्र इच्छा असली पाहिजे आणि दीर्घकाळ कष्ट करण्याची तयारीसुद्धा!'

भावी काळ

२००७ ते २०१२ च्या दरम्यान भारतीय बी.पी.ओ. उद्योग आणि देसी क्रू यांचा भरीव विकास झाला आहे. ही विलक्षण वाढ देसी क्रूसाठी एक विशिष्ट समस्या बनली आहे; देसी क्रू मागे पडते आहे, असे सलोनीला वाटू लागले. १००० नोकऱ्या तयार करणे हे तिचे ध्येय होते पण देसी क्रूने त्याच्या फक्त एक तृतीयांश यश मिळवले होते. तिच्या नेतृत्वाखाली देसी क्रू म्हणावी एवढी वेगाने प्रगती करत नाहीये, अशी सलोनीला चिंता वाटते. ती म्हणते, 'मला

हे कळून चुकले आहे की नेते हे तीन प्रकारचे असतात. काहींना शून्यातून सुरुवात करायला आवडते. काहींना गोष्टी वरच्या दर्जापर्यंत न्यायला आवडतात. तर काहींना मोडकळीस आलेल्या कंपन्या दुरुस्त करायला मजा येते. मी पहिल्या प्रकारात मोडते. मला सुरुवात करायला आवडते.' सलोनीला वाटते की देसी क्रूला त्याच्या पात्रतेप्रमाणे गती देणाऱ्या एका परिपक्व आणि अनुभवी नेतृत्वाची गरज आहे. तिने व्यवसाय सुरू करण्यातला गोंधळ अनुभवला आहे. त्याची मजाही घेतली आहे पण एक प्रस्थापित व्यवसाय पुढे चालवण्याचा विचार केलेला नाही. तिला वाटते आता ती वेळ आली आहे की देसी क्रूचे व्यवस्थापन तिने योग्य माणसाच्या हाती सोपवून निघून जावे आणि स्वतःसाठी वेगळा मार्ग निवडावा, ज्यात तिला उत्साह वाटेल!

वास्तविक पाहता, देसी क्रूला वर आणण्यात आणि पुढे नेण्यात सलोनीने उत्कृष्ट कामगिरी केली आहे. तिने अनुभवी आणि जाणकार मंडळींची एक सशक्त व्यवस्थापक टीम निर्माण केली आहे. या मंडळीनी जगातल्या उत्तम विद्यापीठांतून शिकून जागतिक दर्जाच्या उदा. टाटा, सिमेन्स, इनफोसिस सारख्या त्याचप्रमाणे इतर विकसनशील संघटनांमध्ये वरच्या पदांवर काम करत आहेत. कर्मचारी पातळीवर देसी क्रूमध्ये औद्योगिक प्रशिक्षणातले (आय. टी.आय.) प्रमाणपत्र घेतलेले व पदवीधारक आणि शिवाय पदव्युत्तर प्रमाणपत्र असलेले लोकही आहेत. अमेरिकेतले व इतर देशातले उमेदवार उमेदवारीसाठी, देसी क्रूमध्ये अर्ज करतात आणि त्यांनी अभ्यासलेली प्रकरणे (केसस्टडीज) बी-स्कूलमध्ये प्रसारित केली जातात. ही सर्व माणसे देसी क्रूची मूल्य व्यवस्था आणि ध्येय यांच्याकडे आकर्षित होतात. एक सशक्त, समर्थ आणि समर्पित संघटना निर्माण करण्याव्यतिरिक्त सलोनी देसी क्रू मार्फत उच्च दर्जाच्या सेवा देऊ करते आणि भारतात आणि परदेशात तिच्या ग्राहकांच्या विस्तारित यादीत अनेक खासगी प्रतिष्ठित आणि सार्वजनिक संस्थासुद्धा समाविष्ट आहेत. महत्त्वाचे म्हणजे देसी क्रू ही नफा कमावणारी कंपनी झाली आहे. या सर्व यशानंतरसुद्धा, सलोनीला सतत असे वाटते की, देसी क्रू सोडण्याची वेळ आता आली आहे. अर्थातच, तिला हे माहीत आहे की आऊटसोअर्सिंग व्यवसायाला जास्तीत जास्त भांडवल लागते आणि भरलेल्या खिशाची गरज असते उलटपक्षी ती या धंद्यात भांडवलाशिवाय उतरली होती; वस्तुतः ती एका महत्त्वाकांक्षी प्रकल्पामध्ये आवश्यक त्या साधनांशिवाय उतरली होती!

२०१० च्या अखेरीस, सलोनीने देसी क्रूच्या कार्यकारी मंडळाला सांगितले की एक नवीन मुख्य कार्यकारी संचालक नेमावा. देसी क्रूला आणखी पुढे नेण्यासाठी एक भरीव निधी उभारल्यानंतर ती आता थांबणार आहे. सलोनीने एक भरीव गुंतवणूक म्हणून 'व्हेंचर ईस्ट' नावाच्या एका गुंतवणूकदाराला कार्यकारी मंडळावर घेतले. तिने नंतर मुख्य कार्यकारी अधिकाऱ्याचे पद सोडून दिले आणि ती कार्यकारी मंडळावर फक्त संचालक म्हणून राहिली.

तिने उभी केलेली कंपनी तिने सोडली. या अनुभवाबाबत विचारले असता सलोनी म्हणते, 'मला वाटले की मी थोडे मागे आले पाहिजे. आणि वेगळ्या दृष्टिकोनातून गोष्टींकडे पाहिले पाहिजे. कदाचित देसी क्रूची संभाव्य ताकद कळण्यासाठी आवश्यक ती साधनसामग्री माझ्याकडून पुरवली जात नसेल आणि नवीन व्यावसायिकांचा संच देसी क्रूची धुरा वाहणार असेल तर ते देसी क्रूसाठी चांगलेच आहे. मी जरी बाहेर पडण्याची सुरुवात केली असली तरी थांबणे काही सोपे नव्हते. या अनुभवातून जाताना, 'लेमेलसन फाऊंडेशन'च्या 'व्हीलग्रो'चा संस्थापक, मुख्य अधिकारी, पॉल बेझील हा माझा व्यक्तिगत मार्गदर्शक होता. त्याच्या पाठिंब्याशिवाय मला सुरळीत आणि सकारात्मक दृष्टिकोन घेऊन बाहेर पडताच आले नसते.'

इतकी वर्षे देसी क्रू उभारण्यात आणि दिवसातले १८ पेक्षा जास्त तास काम करण्यात घालवल्यानंतर सलोनीने मजा करण्यासाठी एक वर्षाची रजा घेतली. ती नवनवीन ठिकाणी गेली, स्कूबा डायव्हींग, स्वयंपाक, ध्यान-धारणा इ.अनेक गोष्टी शिकली. तिला स्वीडनमध्ये *सोशल इनोव्हेशन इन डिजिटल कॉन्टेक्स्ट* या विषयावरच्या व्यवस्थापनाच्या एका उपक्रमाला उपस्थित राहण्यासाठी शिष्यवृत्ती मिळाली. हा कार्यक्रम इंटरनेटवर मानवी हक्कांचे प्रश्न कसे हाताळावेत या संबंधी होता. ती सेफसिटी प्रस्थापित करण्यात सहभागी झाली आणि तिने स्त्रियांसाठी सुरक्षित वातावरण निर्माण केले. सेफसिटी हे एक व्यासपीठ आहे. भारतात सार्वजनिक ठिकाणी, लैंगिक छळवणुकीबाबतच्या व्यक्तिगत गोष्टी स्त्रियांनी सांगाव्यात यासाठी हे व्यासपीठ उत्तेजन देते. सेफसिटीमध्ये एकंदर माहिती गोळा करून ती नकाशावर त्या जागा 'हॉट स्पॉट' म्हणून दाखवल्या जातात. त्यामुळे विविध ठिकाणच्या धोकादायक जागा ठळक करून दाखवल्या जातात. हे नकाशे व्यक्तींना, स्थानिक समुदाय आणि नागरी व्यवस्थापनाला उपयोगी पडतात. सेफसिटीला फेसबुकचे २०१४ चे सोशल इनोव्हेशन अवॉर्ड उत्तेजनार्थ पारितोषिक मिळाले आणि 'गुगल बिझनेस अवॉर्ड'साठी तिचे नामांकनही झाले. 'सेफसिटीने' यामध्ये कायद्याची अंमलबजावणी करणाऱ्या संस्थांना तसेच नागरी समाजाला सार्वजनिक जागा सुरक्षित करण्यासाठी सामावून घेतले आहे.

सलोनीच्या पुढे काम करण्यासाठी खूप आयुष्य आहे. ती एक सकारात्मक विचार करणारी व्यक्ती आहे आणि तिच्या भूतकाळावर नजर टाकल्यास असे दिसते की ती समाजासाठी हितकारक गोष्टी करण्यासाठी झगडत राहिल आणि पर्यावरणात एक सकारात्मक बदल घडवून आणेल. ती देसी क्रूच्या कार्यकारी मंडळावर नेहमीच राहणार आहे आणि संस्थेत घेतल्या जाणाऱ्या धोरणात्मक निर्णयात तिचा सहभाग असतो. यापुढे ती तिचा वेळ माहिती, तंत्रज्ञान आणि संपर्क मंत्रालयाने अलीकडेच आणलेल्या राष्ट्रीय ग्रामीण बी.पी.ओ.धोरणाला आकार देण्यासाठी देणार आहे. ती आता 'सेवामॉब' ही कमी दरात विमा पुरवणारी संस्था, स्टार्टअप! एक सामाजिक उद्योजकांचे इनक्युबेटर व लहान मुलांसाठी शैक्षणिक सहली

आयोजित करणारी ट्रॅव्हलर किड्स ही संस्था यासारख्या नावीन्यपूर्ण काम करणाऱ्या संस्थाची सल्लागार बनली आहे.

> *'लोक ज्याच्याकडे अडचण म्हणून बघतात त्या गोष्टींकडे सलोनी संधी म्हणून बघते. जेव्हा इतर लोक तक्रार करत असतात की काहीतरी करायला पाहिजे, तेव्हा सलोनी कृती करते. कोणीतरी ते करावे म्हणून ती थांबत नाही.'*

8

बिनलक्ष्मी नेप्रम

विधवा स्त्रियांसाठी स्वयंसेवी संस्था

२४ डिसेंबर २००४ ला मणिपूरच्या थाऊबल जिल्ह्याच्या डोंगराळ भागात, वाब्गाई लामखाई या खेडेगावात सूर्य अस्ताला जात होता. त्याचवेळेस बुधी मॉइरंगेथम या २७ वर्षे वयाच्या माणसाच्या बॅटरी दुरुस्त करण्याच्या दुकानात अचानक ३ सशस्त्र हल्लेखोर घुसले आणि त्यांनी त्याला जबरदस्तीने रस्त्यावर ओढून काढले. जेव्हा त्याने

विरोध केला तेव्हा मारेकऱ्यांनी त्याला ठार मारले. ही निर्घृण हत्या अगदी दिवसाढवळ्या सर्वांसमक्ष केवळ काही मिनिटात घडली. मात्र हे सर्व घडत असताना एक तरुण मुलगी तिथे जवळच उभी राहून हे पाशवी कृत्य पहात होती. बिनलक्ष्मी नेप्रम, मणिपूरची एक संशोधक विद्यार्थिनी जी त्याच भागात तिचे एक सर्वेक्षण करत होती. या भयंकर घटनेमुळे तिचे संपूर्ण आयुष्य बदलले. तिने त्याच वेळेला ठरवले की आपल्याच राज्यात अशा प्रकारच्या अघोरी हिंसेमुळे ज्या स्त्रिया विधवा होतात त्या स्त्रियांना ती मदत करेल आणि तिने लगेचच मोठ्या धैर्याने आणि निश्चयाने हे काम करायला सुरुवात केली.

भारताच्या ईशान्य भागात सुंदर मणिपूर पसरलेले आहे. त्याच्या उत्तर सीमेवर नागालँड आहे, दक्षिणेला मिझोराम आहे. पश्चिमेला आसाम आहे आणि पूर्वेला उत्तर म्यानमार आणि मणिपूरमधील आंतरराष्ट्रीय सीमारेषा सामाईक आहे. अद्वितीय निसर्गसौंदर्याचे वरदान लाभलेली वैविध्याने नटलेली ही भूमी छोटे झरे आणि कमळाच्या, लिलीच्या, लव्हेंडरच्या फुलांनी भरलेली तळी, फेसाळते चंदेरी धबधबे आणि सुखावणाऱ्या घनदाट वनांनी समृद्ध आहे. धुक्यात हरवलेल्या निळ्या-हिरव्या, हिमालयाच्या खालच्या भागीतल टेकड्यांनी मणिपूर वेढलेलं आहे. मणिपूर परंपरा आणि संस्कृतीने समृद्ध आहे आणि ती संस्कृती त्यांच्या कलाकुसरीच्या उत्कृष्ट वस्तूंमधून आणि अनेक रंगीबेरंगी उत्सवांमधून दिसून येते.

पण मणिपूर भारतातील सगळ्यात जास्त संघर्षात अडकून पडलेले राज्यही आहे. १९४९ मध्ये जेव्हा मणिपूरच्या प्राचीन साम्राज्याच्या महाराजाने भारतीय संघराज्यात सामील होण्याच्या करारावर सही केली तेव्हापासून मणिपूरला पाशवी हिंसाचाराचा एक लांबलचक इतिहास आहे. या समावेशामुळे निर्माण झालेल्या स्पर्धात्मक राजकीय मागण्या, नैसर्गिक साधनसंपत्तीसाठीचा संघर्ष, बेकायदेशीर स्थलांतर, विविध जातीय समूह तसेच सरकारी सशस्त्र सैन्य आणि सुरक्षा अधिकारी यांच्याकडून केली गेलेली बेकायदेशीर स्थलांतरे, बेघर होणे आणि बहिष्कृत होणे या सगळ्या गोष्टींमुळे मणिपूरमध्ये दहशतीच्या भयंकर लाटा उमटू लागल्या. गेल्या पाच दशकांमध्ये, वीस हजारांवर लोक मारले गेले आहेत त्यात प्रमुख्याने १९ ते ४२ वयोगटातील तरुण लोक आहेत. याचा परिणाम म्हणजे खूप मोठ्या संख्येने मागे राहिलेल्या विधवा.

मणिपूरमधल्या बंदूकधारी हत्येतून मागे राहिलेल्या महिलांचे संपर्कजाळे

२००४ मध्ये ख्रिसमसच्या दिवशी नवऱ्यावर झालेल्या पाशवी हल्ल्यामुळे अचानकपणे विधवा झालेल्या बुधी मोईरंगथेमच्या तरुण बायकोसारख्या अनेकजणींना मदत करण्यासाठी

बिनलक्ष्मीने द मणिपूर विमेन गन सरव्हायव्हरर्स नेटवर्क या संघटनेची स्थापना केली. बिनलक्ष्मीने तिला शिवणयंत्र घेण्यासाठी ४,५०० रुपयांची देणगी मिळेल अशी व्यवस्था केली. तिच्या संघटनेने केलेली ही पहिलीच मध्यस्थी होती आणि रिबीकाला, म्हणजे त्या विधवेला तिचं फाटलेलं आयुष्य पुन्हा शिवणं शक्य झालं.

ज्यांची आयुष्य नवरा, वडील, भाऊ किंवा मुलगा सशस्त्र हिंसाचारात मारले गेल्यामुळे उद्‌ध्वस्त झाली आहेत अशा आपत्ती कोसळलेल्यांना ही संघटना मदत करते. या संघर्षात स्त्रिया आणि मुलांनाच जास्त सहन करावे लागते. कारण या भावनिक आणि सामाजिक व आर्थिक धक्क्यात तेच जास्त होरपळले जातात. या संघटनेकडून पुरवले गेलेले साहाय्य बहुआयामी असते; या पीडित स्त्रीची तातडीची गरज असते अन्न आणि मुलांचे शिक्षण पुढे चालू ठेवणे. संघटना या गरजांकडे लक्ष देते आणि या विधवांसाठी छोटा व्यवसाय सुरू करून देऊन निरंतर उत्पन्नाचा ओघ निर्माण व्हावा यासाठीही मदत करते. या विधवांना बँकेमध्ये स्वतःची खाती उघडण्यासाठी मदत केली जाते आणि त्यांना बिनव्याजी लघुकर्जसुद्धा पुरवले जाते. जेणेकरून त्या विणणे, रेशीम गुंडाळणे, मश्रुमची शेती आणि कुक्कुटपालन, डुक्करपालन आणि मत्स्यपालन यासारखे विक्रीचे आणि उत्पादनाचे उपक्रम सुरू करू शकतील. उदाहरणार्थ, ह्यूद्रोम तान्याचे वडील, ती १८ वर्षांची असताना बंदूकधारी हल्ल्यात मारले गेले तेव्हा या नेटवर्क संघटनेने तिच्यासाठी ३००० रुपयांच्या कर्जाची व्यवस्था केली. त्यामुळे ती रस्त्यावर दैनंदिन गरजेच्या वस्तू विकण्याचा छोटासा व्यवसाय सुरू करू शकली. काही काळानंतर तिचा आत्मविश्वास वाढला आणि ती नंतर अभिमान बाळगावा अशा एका छोट्या दुकानाची अशी मालकीण बनली. तिथे कशीदाकाम केलेली ड्रेसची कापडे, उदबत्त्या आणि घरगुती वापराच्या गोष्टी मिळतात. तसंच एक उदाहरण मुमताजचं पण आहे. तिचा व्याख्याता नवरा अनोळखी बंदूकधाऱ्याकडून मारला गेला. तिच्यावर ५ मुलांच्या उदरनिर्वाहाची जबाबदारी आल्यामुळे तिच्यावर मोठे दुःख कोसळले. संघटनेने तिच्यासाठी ८००० रुपयांची व्यवस्था केली. त्यामुळे तिला हातमागाचे यंत्र घेण्यासाठी मदत झाली. व्यवसाय करणारी महिला म्हणून तिला जे यश मिळाले त्यामुळे तिच्यात आत्मविश्वास निर्माण झाला आणि आता ती स्थानिक पंचायत निवडणुकांना उभे राहण्याचा विचार करते आहे. ज्यायोगे ती तिच्या गावात सुधारणा करू शकेल. अशा अनेक विधवांची उदाहरणे देता येतील ज्यांना संघटनेने उत्पन्न मिळवून देणारे व्यवसाय सुरू करून दिले आहेत.

ही संघटना या स्त्रियांना कायदेशीर मदतही पुरवते. त्यांना न्याय मिळवून देण्यासाठी त्यांचे खटले लढवते कारण त्यांना वकीलाची फी परवडत नाही. वैद्यकीय मदतही उपलब्ध करून दिली जाते. धर्मादायी दवाखाने आणि जे डॉक्टर्स फुकट तपासणी, दातांची फुकट

तपासणी करू इच्छितात त्यांच्याकडून विधवांच्या आरोग्याची काळजी घेतली जाते. या जबरदस्त आघातातून सावरण्यासाठी समुपदेशनासाठी व्यावसायिक मानसोपचारतज्ज्ञ नेमले जातात. 'द मणिपूर विमेन गन सरव्हायव्हर्स नेटवर्क' ही या प्रकारची पहिलीच संघटना आहे. बिनलक्ष्मीवर अनेकदा राजकीय महत्त्वाकांक्षा असल्याचा चुकीचा आरोप केला जात असला तरीही ही संघटना मात्र अराजकीय आहे. राजकारणी लोक तसेही नेटवर्कसारख्या संघटनांपासून साधारणपणे लांबच राहतात जी संबंधितांसाठी तशीही चांगलीच गोष्ट आहे.

बिनलक्ष्मीची पार्श्वभूमी

बिनलक्ष्मी ही नागरी हक्कांसाठी लढणारी कार्यकर्ती आहे. सशस्त्र लढ्यातून वाचलेल्यांची काळजी घेण्याचे तसेच स्त्रियांनी चालवलेल्या निःशस्त्रीकरणाच्या चळवळीमध्ये ती आघाडीवर आहे. तिने दहशतवाद, छोट्या हत्यारांचा प्रादुर्भाव टाळणे आणि शांतता प्रस्थापित करण्यातील स्त्रियांच्या भूमिकेवर भरपूर प्रमाणात लिखाण केले आहे. *पोएटिक फेस्टून* (१९९०), *आर्म्ड कॉनफ्लिक्ट, नार्कोटिक्स अँड स्मॉल आर्म्स प्रोलिफरेशन इन इंडियाज नॉर्थइस्ट* (२००२) आणि *मेकले* (२००४) ही चार पुस्तके लिहिली आहेत. त्याचप्रमाणे तिने– *इंडिया अँड द आर्म्स ट्रेड ट्रिटी* (२००९) या खंडाचे संपादन केले आहे. या अनुषंगाने, *मेकले* ही कादंबरी व्यापक अर्थाने मणिपूरचा व्यक्तिगत आणि सामाजिक, सांस्कृतिक शोध आहे. याआधी ती *बॉर्डरलाईन्स* नावाचे एक नियतकालिक प्रकाशित करत होती. ज्यामध्ये भारताच्या ईशान्य भारतातील युद्धाबद्दल आणि बंडखोरीबद्दल लिहिले जायचे आणि या प्रांतात शांतता प्रस्थापित करण्याच्या मार्गांबद्दलही!

बिनलक्ष्मीला विविध राष्ट्रीय आणि आंतरराष्ट्रीय संस्थांकडून पुरस्कार मिळाले आहेत. हवाई मधील एशिया पॅसिफिक सेंटर फॉर सिक्युरिटी स्टडीजमध्ये तिला व्याख्यानासाठी बोलावले होते. युनिव्हर्सल रिस्पॉन्सिबिलीटी ऑफ हिज होलीनेस द दलाई लामा या संस्थेमार्फत तिला, व्हिसकॉम्प (wiscomp) चे शांतता पारितोषिक मिळाले. तसेच तिला सिन मॅकब्रिड पीस प्राईज, सी.एन.एन.–आय.बी.एन. रीअल हिरोज आणि इंडियन ऑफ अ इअर हे पुरस्कारही मिळाले आहेत. तिला 'प्लाऊशेअर्स' आणि 'अशोका'ची फेलोशिपही (पाठ्यवृत्तीही) मिळालेली आहे. सशस्त्र हिंसाचाराविरुद्ध कृती करणाऱ्या लंडनमधील ॲक्शन ऑन आर्म्ड व्हायोलन्स संस्थेने बिनलक्ष्मीच्या नावाची सशस्त्र हिंसाचार कमी करणाऱ्या जगभरातल्या १०० प्रभावी लोकांमध्ये नोंद केली आहे. शिकत असतानाच हलक्या आणि छोट्या शस्त्रांबाबत युनायटेड नेशन्समध्ये एक पुनरावलोकन परिषद झाली

होती त्याला ती उपस्थित राहिली आणि नोव्हा स्कॉटीया येथे नोबेल पारितोषिक जिंकणाऱ्या इंटरनॅशनल पगवॉश सोसायटीच्या बैठकीसही गेली होती.

१९७४ साली बिनलक्ष्मी इंफाळमध्ये जन्मली आणि तिचे संपूर्ण बालपण हत्याकांडे, संचारबंदी आणि सशस्त्र संघर्षांच्या साक्षीने गेले. या प्रकारच्या घटना मणिपूरमध्ये दैनंदिन जीवनाचा भाग समजल्या जायच्या. खरंतर जेव्हा इंफाळच्या जिल्हा रुग्णालयात बिनलक्ष्मीचा जन्म होत होता तेव्हा संचारबंदी लागू होती. (तरीही ती संचारबंदी तिला जगात येण्यापासून रोखू शकली नाही!)

ती हायरंगोईथाँग—नावाच्या अगदी अपरिचित मणिपूरी गावात वाढली. बिनलक्ष्मीने त्या जागेच्या आणि तिथल्या लोकांच्या आठवणी तिच्या *मेकले* या कादंबरीमध्ये शब्दबद्ध केल्या आहेत. हायरंगोईथाँग मध्ये १९८४ ला एक भयंकर हत्याकांड झाले होते. तेव्हा आर्म्ड फोर्सेस स्पेशल पॉवर्स ॲक्टने संरक्षित असलेल्या केंद्रीय राखीव पोलिस दलाकडून १३ नागरिक मारले गेले होते. ही घटना स्थानिक लोकांच्या आणि बिनलक्ष्मीच्या आठवणीत कोरली गेली होती. अशा प्रकारच्या घटनांमुळे एका विलक्षण डोळे दीपवणाऱ्या निषेध मोर्चाच्या प्रकाराला जन्म दिला गेला. ज्याचे नाव होते मेइरा पायबीस ज्यामध्ये स्त्रिया घरी बनवलेल्या पेटत्या मशाली हातात घेऊन रस्त्यांवर चालत गेल्या. स्तंभित करणारे दृश्य होते ते! असा निषेध होऊनही तिरस्करणीय आर्म्ड फोर्सेस स्पेशल पॉवर्स कायदा अजूनही मणिपूरमध्ये लागू आहे. हा छळवादी कायदा प्रथम वसाहतकालीन भारतात ब्रिटिश राज्यकर्त्यांनी अस्तित्वात आणला आणि भारतीय स्वातंत्र्य सैनिकांविरुद्ध त्याचा वापर केला गेला. हा कायदा जर कुणी शांततेचा भंग केला आहे असा संशय जरी आला तरी त्याला शिक्षा करण्याचे आणि वेळप्रसंगी कितीही नागरिकांना मारून टाकण्याचे पुरेपूर हक्क लष्कर व निमलष्करी दलांना प्रदान करतो.

बिनलक्ष्मीच्या भावंडांमध्ये तीन भाऊ आणि तीन बहिणी आहेत. तिच्या आईवडिलांनी मुलांच्या चांगल्या शिक्षणाच्या बरोबरीने अभ्यासेतर उपक्रमानाही पाठिंबा दिला व त्यांचे उत्तम संगोपन केले. बिनलक्ष्मीची आई एक प्राणिशास्त्रज्ञ होती. ती एका शैक्षणिक संस्थेतून प्राचार्य म्हणून निवृत्त झाली. ती कायमच नोकरी करत होती त्यामुळे लहानपणी आपली आई बऱ्याच वेळा घरी का नसते, याचे बिनलक्ष्मीला नवल वाटे. खूप काळ गेल्यानंतर आईच्या नोकरी करण्याचे मोल तिच्या लक्षात आले. तिचे वडील मणिपूरचे अतिरिक्त उद्योग संचालक होते. परंतु वैयक्तिक आयुष्यात त्यांना साहित्य आणि कलांची विशेष आवड होती. त्यांनी मुलांना वाचनातील आनंदाची ओळख करून दिली. बिनलक्ष्मीला आठवते की राज्य-केंद्रीय ग्रंथालयातील मुलांच्या विभागात तिचे वडील आणि ही मुले तासन्तास आनंदाने घालवत असत आणि तिथेच तिला लिखाणाची आवड निर्माण झाली. तिचे वडील

त्यांना बागेमध्ये फुले बघायला घेऊन जायचे आणि त्यांना सिनेमेही दाखवायचे. काही काही सिनेमे तर त्यांच्या वयासाठी योग्यसुद्धा नसत! तिच्या आईवडिलांनी, मुलांना चांगला माणूस बनवण्यासाठी कष्ट घेतले आणि त्यांनी समाजासाठी काही चांगले करावे म्हणूनही धडपडले. बिनलक्ष्मीने नंतरच्या आयुष्यात या आदर्शांची बांधीलकी कायम पाळली.

इंफाळमधल्या लिटिल् फ्लॉवर स्कूलमध्ये शिकणारी बिनलक्ष्मी हुशार, गंभीर आणि कष्टाळू होती. तिने विविध स्पर्धांमध्ये, वादविवाद स्पर्धा आणि सामान्य ज्ञानविषयक प्रश्नांच्या स्पर्धेतही अनेक बक्षिसे मिळवली. तसेच ती विद्यार्थीप्रतिनिधीही होती. १९९० मध्ये ती शालान्त परीक्षा उत्तीर्ण झाली आणि गणित व इंग्रजीमध्ये उत्तम गुण मिळवून राज्यात दुसरी आली. तिच्या घरच्यांनी तिला उच्च माध्यमिक शिक्षणासाठी शिलाँग येथील नावाजलेल्या व फॅशनेबल लेडी कीन कॉलेजमध्ये पाठवायचे ठरवले. शिलाँगमध्ये १८ वर्षांची होताहोताच बिनलक्ष्मीचा एक अत्यंत प्रभावी स्त्री म्हणून उदय होणार, हे दिसू लागले होते. तिने उच्च आदर्शांसाठी स्वतःला वाहून घेतलं होतं आणि ती अतिशय भावनाप्रधान, निश्चयी, अत्यंत स्वावलंबी होती आणि तिला दयाळू अंतःकरणाची देणगी लाभली होती. तसेच तिची अंगकाठी कणखर, सशक्त आणि डौलदार होती. तिच्या भावपूर्ण डोळ्यांमुळे आणि खांद्यापर्यंत लांब, सरळ व रेशमी केसांमुळे, तिच्या सावळ्या, लंबवर्तुळाकार चेहऱ्यावर असणाऱ्या राजेशाही गरुड-चोचीसारख्या नाकामुळे ती आकर्षक दिसायची. तिने शिलाँगमधला वेळ कॉलेजमधल्या इतर मुलींप्रमाणे बाहेर भटकण्यात आणि डेटिंगमध्ये वाया घालवला नाही. बिनलक्ष्मीला तिच्या घरची आणि कुटुंबीयांची खूप आठवण यायची आणि ते दुःख बाजूला सारण्यासाठी तिने आपला सर्व वेळ आणि ऊर्जा अभ्यासाला वाहून घेतली. आणि काही नोंदी ठेवायला सुरुवात केली ज्याचे अखेरीस *मेकले* नावाच्या कादंबरीत रूपांतर होणार होते. तिला कवितेची गोडी लागली आणि वादनाचीसुद्धा! ती वसतिगृहाच्या समितीची सदस्य झाली आणि जेवणाची गुणवत्ता सुधारण्यासाठी भांडली. तिच्या लढाऊ वृत्तीचे हे द्योतक नंतर तिच्या कारकिर्दीत अनेक वेळा दिसणारच होते!

घरापासून लांब राहण्याच्या तिच्या दुःखाविषयी तिने तेव्हा लिहिले:

> *हे म्हणजे तुम्हाला कोणत्याही आधाराशिवाय एखाद्या उतारावरून खाली ढकलून दिल्यासारखे आहे आणि तुम्हाला माहिती असते की तिथे स्वतःशिवाय तुम्हाला सावरणारे दुसरे कोणीही नाही.*

१९९२ मध्ये शिलाँग येथे बिनलक्ष्मीने तिचा उच्च माध्यमिक अभ्यास पूर्ण केला. तोपर्यंत तिच्यामध्ये समाजासाठी महत्त्वाचे योगदान देण्याची प्रतिभा आहे, हे तिला कळून

चुकले होते आणि तिने पुढे शिकायला हवे हेसुद्धा! तिचे वडील तिला दिल्ली विद्यापीठात प्रवेश घेण्यासाठी घेऊन गेले. तिला भौतिकशास्त्राच्या अभ्यासक्रमासाठी खूप मागणी असलेल्या मिरांडा हाऊसमध्ये प्रवेश मिळाला पण तिने शेवटी कमी प्रसिद्ध पण अतिशय नयनरम्य अशा इन्द्रप्रस्थ कॉलेजमध्ये इतिहासाच्या पदवी अभ्यासक्रमासाठी प्रवेश घेतला. तिने तिचा अभ्यास अतिशय गांभीर्याने केला तसेच तिने अभ्यासेतर उपक्रमातही सहभागी घेतला. पहिल्यांदा ती 'हिस्ट्री सोसायटी'ची सचिव व नंतर अध्यक्ष बनली आणि तिने अनेक परिसंवादातून उत्तम अभ्यासपूर्ण प्रबंध सादर केले.

इन्द्रप्रस्थ महिला महाविद्यालयातून इतिहासाची पदवी मिळवल्यानंतर इतिहासातील पदव्युत्तर अध्ययनासाठी तिला दिल्ली विद्यापीठाच्या प्रतिष्ठित हिंदू कॉलेजमध्ये प्रवेश मिळाला. तिला विद्यापीठाजवळ खोली भाड्याने घेऊन राहावे लागले आणि उपजीविकेचा खर्च भागवण्यासाठी तिने शिकवण्या घेऊन पैसे मिळवले. बिनलक्ष्मीला दिल्लीच्या प्रचंड उकाड्याच्या रात्री मणिपूरच्या आल्हाददायक थंड हवेची आठवण येत असे आणि घरच्या लोकांच्या आठवणीने ती अत्यंत बेचैन होत असे. मणिपूरच्या वातावरणाशी जवळीक साधल्यासारखे वाटावे म्हणून ती घराबाहेर पडून चंद्राकडे बघत बसे. तिला माहीत होतं की तोच चंद्र तिच्या घराच्या अंगणात आणि तिच्या आवडत्या माणसांवर प्रकाशत असेल; खासकरून तिला आठवत होतं की अनेकदा तिची आई चंद्राकडे पहात बसे. जरी ती घरापासून हजारो मैलांवर होती तरी चंद्राकडे बघण्याची ही छोटीशी कृती तिला घराशी जोडल्याची भावना देई.

हिंदू कॉलेजमधील दिवसात, बिनलक्ष्मी कवितांमध्ये खोलवर गुंतत गेली. तिने कविता लिहिल्या, कविसंमेलनांमध्ये सहभाग घेतला आणि भारतातील बहुतेक सर्व प्रतिष्ठित कवींबरोबर संवाद साधला. तिने गेल्या काही वर्षात काढलेल्या तिच्या नोंदी नीट लावण्यासाठीसुद्धा वेळ दिला. तिच्या या कवितांमुळे तिच्या कादंबरीची – *मेकलेची* संहिता आणखी समृद्ध झाली. एका आध्यात्मिक कवितेमध्ये तिने लिहिलंय:

इतिहास आणि आजच्या काळातले आपले आयुष्य
आपले आयुष्य आणि इतिहास
त्यांचे एकमेकांशी नाते असते का? कारण काळ आपला इतिहास विणतोय,
आणि इतिहास आपली आजची आयुष्यं विणतोय; आपण सगळे एकाच विणकामात
बद्ध होत आहोत–
इतिहासात आणि आजच्या काळातले आपले आयुष्य, आपले आजचे आयुष्य
आणि इतिहासातले आयुष्य.

दिल्लीतले जीवन गडबडधावपळीचे आणि थकवणारे होते. अनेकदा रात्री प्रवास करावा लागे. जे धोकादायक होते. तिच्यावरती काही विनयभंगाचे प्रसंगदेखील आले. ज्यामुळे पोलिसात तक्रार (एफ.आय.आर. – प्राथमिक माहिती वृत्तांत) दाखल करणे यासारखी काही अप्रिय कर्तव्येही पार पाडावी लागली. यामुळे बिनलक्ष्मीला स्त्रीअधिकारासाठी लढणारा एक कार्यकर्ता होण्याची प्रेरणा मिळाली आणि अशा कठीण परिस्थितीत कसे वागायचे याचा आत्मविश्वास आला. उदाहरणार्थ, ती विनयभंग करणाऱ्या व्यक्तीला पोलिसात देण्यापूर्वी त्याच्या नाकावर एक गुद्दा मारू शकली, जे ती आधी कधीच करू शकली नसती.

१९९७ मध्ये दिल्ली विद्यापीठातून पदव्युत्तर पदवी मिळवल्यानंतर बिनलक्ष्मीने दिल्लीच्या आणखी एका सन्माननीय शिक्षण केंद्रात प्रवेश घेण्यासाठी अर्ज केला. जवाहरलाल नेहरू युनिव्हर्सिटी (जे.एन.यू.) जे 'पूर्वेकडचे ऑक्सफर्ड' म्हणून ओळखले जाते तिथे तिला एम.फिलला प्रवेश मिळाला. हे विद्यापीठ डाव्या विचारसरणीचे म्हणून ओळखले जाते. राजकीय कल असलेल्या तिच्या सहकाऱ्यांमध्ये बिनलक्ष्मीला प्रचंड निष्ठा दिसली आणि त्याचा तिच्या स्वतःच्या मतांवर खूप परिणाम झाला. ती संस्थेच्या आवारातल्या वसतिगृहात रहात असल्यामुळे ती जे.एन.यू.च्या जीवनशैलीत चटकन मिसळून गेली. जे तिला फारच उत्साहवर्धक वाटले. तिला तिथले शैक्षणिक वातावरण खूप आवडले. खासकरून चंद्रप्रकाशात केलेल्या बागेतल्या जेवणानंतरच्या राजकीय चर्चा.

दरम्यानच्या काळात तिच्या आईवडिलांना तिच्या भविष्याबाबत चिंता वाटू लागली आणि त्यांनी असं सुचवलं की तिने सरकारी सेवा परीक्षांना बसावे. त्यांनी अप्रत्यक्षपणे तिला लग्नाविषयी आणि संसारात पडण्याविषयीपण पण सुचवले. तथापि बिनलक्ष्मीने जे.एन.यू.मधले आपले पीएच.डी. चे काम चालू ठेवले. तिने तिच्या संशोधनासाठी खूप कष्ट घेतले. दिवसभरात ती ग्रंथालयात खूप अभ्यास करत असे. तसेच जाणकार माणसांच्या मुलाखतीतून ती खूप शिकली आणि रात्री ती तिच्या संशोधनाचे काम करत असे. रात्री खूप उशिरा आणि सकाळी लवकर ती तिच्या सर्जनशील कामात –तिच्या कादंबरीच्या– *मेकेले* च्या कामात स्वतःला बुडवून घेत असे. २००० साली ती २६ वर्षांची झाली तेव्हा जे. एन.यू.च्या स्कूल ऑफ इंटरनॅशनल स्टडीज मध्ये तिने तिचा 'स्मॉल वॉर्स अँड इन्सरजन्सीज इन साऊथ एशिया' या विषयावरचा प्रबंध सादर केला. दूरवरच्या मणिपूरच्या एका छोट्या शाळेतून स्वतःचे शिक्षण सुरू करणाऱ्या एका मुलीसाठी हे भव्य यश होते.

जे.एन.यू.मध्ये बिनलक्ष्मीने मणिपूरमधल्या सशस्त्र संघर्षाच्या परिस्थितीचा पद्धतशीर अभ्यास केला आणि ती अनेकदा प्राथमिक डेटा गोळा करण्यासाठी तिथे गेली. अशाच एका भेटीदरम्यान ती बुधी मॉरंगेथमच्या पाशवी हत्येची साक्षीदार झाली. ती म्हणते, 'माझ्या तेव्हाच लक्षात आले की जर काही कृती केली गेली नाही तर नुसता अभ्यास करण्यात काहीच

अर्थ नाही. जेव्हा तुम्ही एखाद्या विषयाचा अभ्यास करत असता तेव्हा दोन गोष्टी घडतात. तुम्ही आणखी संशोधन करू शकता, लिहू शकता आणि तत्त्वज्ञ बनू शकता. मी दुसरा पर्याय निवडला, जो कृतीचा मार्ग होता.' अभ्यास पूर्ण झाल्यानंतर दोन हजार वर्षांचा भव्य इतिहास असलेल्या मणिपूरच्या संस्कृतीविषयी लोकांमध्ये जागृती निर्माण करायची आणि बंदुकीच्या धोक्यापासून मुक्त असा नवीन समाज निर्माण करण्यासाठी काम करायचे, असे तिने ठरवले.

राष्ट्रसंघाने केलेल्या एका आंतरराष्ट्रीय सर्वेक्षणानुसार भारतात सामान्य नागरिकांच्या हातात सर्वांत मोठ्या संख्येने छोटी शस्त्रे आहेत. भारतात छोट्या शस्त्रास्त्रांचे परवाने सहजपणे मिळतात आणि विनापरवाना शस्त्र बाळगण्यासाठीची शिक्षा सौम्य आहे. शस्त्रांच्या सहज उपलब्धीमुळे हिंसाचार होतो आणि अनेक तरुण मुलं बंदुकीचा मार्ग अवलंबतात आणि हा मार्ग सामाजिक, राजकीय आणि आर्थिक सर्वनाशाकडे जातो. (यू.एन.पी.ओ. फॉर एस.ए. एल.वी.) हा कार्यक्रम सुरू करून राष्ट्रसंघाने (युनायटेड नेशन्स) झपाट्याने पसरणाऱ्या छोट्या शस्त्रास्त्रांच्या प्रश्नाकडे लक्ष दिले आहे. हा उपक्रम अनेक देशांनी गांभीर्याने घेतला नव्हता, पण भारतात या उपक्रमाकडे बंदूकधारी संस्कृतीविरुद्ध कृती करण्याची संधी म्हणून पाहिले गेले. जरी भारताने छोट्या शस्त्रास्त्रांच्या प्रश्नावर राष्ट्रसंघाना वारंवार अहवाल पाठवले असले तरी याबाबतीत काहीही प्रगती झाली नाही. याची नोंद घेऊन छोट्या शस्त्रास्त्रांच्या झपाट्याने पसरणाऱ्या प्रश्नासंदर्भात नागरी समाजाला कृतिशील करावे, असे बिनलक्ष्मी आणि तिच्या मणिपूर गन सरव्हायव्हर्स नेटवर्कमधले सहकाऱ्यांनी ठरवले आहे .

भारताची शस्त्रास्त्र नियंत्रण संस्था

२००४ मध्ये, बिनलक्ष्मीने सहसंस्थापक या नात्याने भारतातील निःशस्त्रीकरणाला वाहिलेली पहिली संस्था स्थापन केली. कंट्रोल आर्म्स फाउंडेशन ऑफ इंडिया (सी.ए.एफ.आय.) ची ती पहिली प्रमुख सचिव झाली. मणिपूर तसेच ईशान्येकडच्या राज्यांमध्ये हिंसाचाराला कारणीभूत असणाऱ्या छोट्या शस्त्रास्त्रांचा प्रादुर्भाव कमी करणे, ही 'काफीची' (सी.ए.एफ. आय.ची) प्रमुख बांधीलकी होती. ही एक महिलांनी चालवलेली चळवळ होती. या चळवळीच्या माध्यमातून हिंसाचारापेक्षा तज्ज्ञांच्या चर्चेद्वारे जनजागृती करून फुटिरतावादी राजकारण, नागरी आणि सामाजिक समस्यांना तोंड दिले जाते.

काफी (सी.ए.एफ.आय.) छोट्या शस्त्रांच्या व्यापारावरील बंदीचे समर्थन करते जेणेकरून गुन्हेगारांना शस्त्रास्त्रे मिळू नयेत. शस्त्रास्त्रांचा बेकायदेशीर व्यवहार आणि त्याचा पुनर्वापर या गोष्टींविरुद्ध संरक्षण देण्याचेही ती समर्थन करते. यासाठी शस्त्रास्त्रांच्या गोदामावर

नजर ठेवते, कारण हीच शस्त्रास्त्रे चोरी करून त्यांची नक्कल केली जाते, त्यांच्यात फेरफार केले जातात. मत परिवर्तनासाठी चर्चा, जनजागृतीचे कार्यक्रम, संशोधनाला प्रोत्साहन आणि निःशस्त्रीकरणाचे समर्थन या गोष्टींद्वारे काफी (सी.ए.एफ.आय.) काम करते. सशस्त्र हिंसाचार आणि शस्त्रास्त्रांशी संबंधित गोष्टींवर ती निःशस्त्रीकरण अधिकारी, संसदसदस्य, विचारगट आणि इतर धर्मादाय संस्थांना, कामाला लावते. बंदूक-नियंत्रण प्रश्नावर काफीने तीन चित्रपट बनवले आहेत: *गनवॉर्स अँड ड्रग डेथस, गनींग फॉर कंट्रोल* आणि *ए स्टोरी ऑफ मणिपुरी विमेन गन सरव्हायव्हर्स*. त्यांनी परिसंवाद आणि परिषदांव्यतिरिक्त फोटो प्रदर्शनेही आयोजित केली आहेत.

संवेदनशील भागातील राज्यनियंत्रित सशस्त्र दलाच्या भूमिकेबाबतसुद्धा काफी कार्यरत आहे. या सशस्त्र दलाच्या कामाबद्दल चर्चा आणि अभ्यास करायला काफी प्रोत्साहन देते. कायद्याची अंमलबजावणी करणाऱ्या अधिकाऱ्यांनी शस्त्रास्त्रे आणि सुरक्षादले यांचा वापर कसा करावा याबाबतच्या राष्ट्रसंघाच्या मूलभूत तत्त्वांना काफीचा पाठिंबा आहे. याबाबतचे आंतरराष्ट्रीय संस्थांचे कार्यक्रम आणि इथल्या विकास संस्थांमधील समन्वय बळकट करण्यासाठीसुद्धा 'काफी' काम करते. ज्यायोगे या दोन्ही संस्थांच्या कामामध्ये एकवाक्यता असेल. छोट्या शस्त्रास्त्रांचे नियंत्रण, हिंसाचार कमी करणे, ही कामे सार्क, बीमस्टेक अशा आंतरराष्ट्रीय, बहुराष्ट्रीय आणि स्थानिक पातळीच्या चौकटीत नेण्यासाठी 'काफी' झटत आहे.

ईशान्य भारतीय स्त्रियांचा शांततेसाठी पुढाकार

ईशान्य भारतीय स्त्रियांचा शांततेसाठी पुढाकार (एन.ई.आय.डब्ल्यू.आय.पी.) ही एक दुसरी चळवळ आहे. ज्यात बिनलक्ष्मीची आघाडीची भूमिका आहे. संपूर्ण ईशान्य भागातील शांततेसाठी काम करणारे जे स्त्रियांचे गट आहेत त्यांच्या संपर्काचे जाळे विणण्याचे काम ही चळवळ करते. भारताच्या ईशान्य भागात वेगवेगळ्या भाषा आणि बोली बोलणारी लोकसंख्या आहेच. वेगवेगळ्या गटांकडून स्वातंत्र्यासाठी आणि नवीन राज्यासाठी केल्या जाणाऱ्या आरड्याओरड्याने आणि जबरदस्तीने केलेल्या मागण्यांमुळे इथे सतत दहशत पसरलेलीच असते. भारतातील ईशान्येकडचा भाग सोडला तर इतर कोणत्याही भागाने दहशतवादाची इतक्या झपाट्याने वाढ होताना पाहिलेले नाही.

ईशान्य भारतातील भागांमध्ये आर्थिक क्षेत्रात स्त्रियांच्या महत्त्वपूर्ण भूमिकेची परंपरा आहे. हे आपल्याला अनेक स्वमदत गटांमधून, सहकारी संस्थांमधून, स्त्रियांनी निर्माण केलेल्या बाजारपेठांतून दिसून येते. तथापि, संघर्षाचे निराकरण आणि समेट घडवून

आणण्यासाठीचा स्त्रियांचा सहभाग निश्चित करण्यासाठी एक ठराव संघराष्ट्राने मंजूर केला असला आणि स्त्रियांच्या बाबतीतला भेदभाव नष्ट करण्यासाठी एक परिषद घेतली असली तरी स्त्रियांचा दृष्टिकोन आणि त्यांच्या समेट घडवून आणण्याच्या क्षमता अजून म्हणाव्या तशा वापरल्या गेल्या नाहीत. ईशान्य भारतीय स्त्रियांचा शांततेसाठी पुढाकार ही चळवळ या परिस्थितीवर तोडगा शोधत आहे. 'लष्करी लढा (दहशतवाद) आणि सामाजिक सुधारणा' यासारख्या प्रश्नांमध्ये सहभागी होण्यासाठी ही चळवळ स्त्रियांना मदत करते. अध्यापक, वकील, सामाजिक कार्यकर्ते आणि विद्यार्थी अशा सर्व क्षेत्रातील स्त्रियांनी एकत्र यावे यासाठी या चळवळीने स्त्रियांसाठी एक व्यासपीठ उपलब्ध करून दिले आहे आणि त्यांना बोलण्याची संधी दिली आहे. ही चळवळ, ईशान्य राज्यातील स्त्रियांनी शांतता प्रस्थापित करण्यासाठी एकत्र काम करावे म्हणून प्रोत्साहन देते आणि ज्या प्रक्रियांचा त्यांच्या आयुष्यावर परिणाम होणार आहे अशा प्रक्रियांच्या बाबतीत निर्णय घेण्यात, धोरणे आखण्यात आणि अंमलबजावणीत त्यांना सहभागी करून घेऊन न्याय आणि राजकीय हक्क मिळवून देते.

ईशान्य भारतीय स्त्रियांचा शांततेसाठी पुढाकार अशी एक चळवळ असावी ही कल्पना २००९ मध्ये पुढे आली आणि २०१२ मध्ये जेव्हा बेंगळुरू, पुणे, मुंबई आणि दिल्लीसारख्या शहरातून मनं दुखावलेल्या ईशान्य भागातील तरुणांनी पुढाकार घेतला तेव्हा त्या कल्पनेला प्रामुख्याने उत्तेजना मिळाली. ईशान्य भागातले लोक परके आहेत, त्यांचा उल्लेख आदिवासी म्हणून व्हायचा आणि त्यांना –चिंकीज– म्हणतात हे या तरुणांना वारंवार सांगितले जायचे. त्यावेळेला त्यांच्या स्वतःच्या ओळखीविषयी अनेक प्रश्न उपस्थित होऊ लागले. ईशान्य भागातील लोकांबाबतच्या अशा नकारात्मक मतांकडे तातडीने लक्ष देण्याची गरज आहे हे लवकरच सिद्ध झाले.

बिनलक्ष्मी म्हणते ईशान्य भागात ४५ लाख लोक राहतात आणि आम्ही भारताचा अविभाज्य भाग आहोत. मग आमच्याबाबत अपसमज आणि विरोध का? या 'नेईविप' चळवळीमुळे हे लक्षात आले आहे की माध्यमांना दोष देण्यात काही अर्थ नाही. आम्ही तेव्हा हे लक्षात आणून दिलं की सरकारी संस्था त्यांचं काम नीट करत नाहीत. आणि खरंच त्या काहीच करत नाहीत. आयुष्याच्या सुरुवातीच्या काळातच माणूस खूप शिकतो आणि म्हणून शैक्षणिक अभ्यासक्रम आणि पाठ्यपुस्तकांमध्ये भारताच्या ईशान्य भागाचा योग्य रीतीने उल्लेख केला जावा यासाठी आम्ही आपल्या देशातील शैक्षणिक संस्थाकडे जायचे ठरवले. याआधी भारतीय शालेय पुस्तकांतून ईशान्य भागाचे अगदीच तुटपुंजे वर्णन केले गेले आहे. (अनेकदा ईशान्य भागाचा 'आसाममधील चेरापुंजी भागात सर्वांत जास्त पाऊस पडतो,' एवढा एकच उल्लेख आढळतो!)

भावी काळ

लष्करी हल्ल्यातून वाचलेल्यांसाठी आधार देण्याचे काम करताना द मणिपूर गन सरव्हायव्हर्स नेटवर्क ही संघटना खूप कमकुवत झाली आहे. अनेक दशकांच्या सततच्या नागरी युद्धामुळे मणिपूरचे अर्थकारण उद्ध्वस्त झाले आहे ज्यामुळे आर्थिक व्यवहार पांगळे झाले आहेत. म्हणून मग नेटवर्क संघटनेने तिचे प्रयत्न विधवांना उपजीविकेचे साधन देणे इतपतच मर्यादित केले आहेत. ते फक्त काही पारंपरिक व्यवसायांमध्येच व्यवसाय सुरू करण्याच्या संधी उपलब्ध करून देऊ शकले. या सगळ्या पारंपरिक उद्योगांमध्ये हस्तव्यवसायाचीच चांगली शक्यता होती कारण बंदूकधारी हल्ल्यातून वाचलेल्या विधवांचा या वस्तूंशी आधीच चांगला परिचय होता. परंतु मणिपूरमधल्या हस्तव्यवसाय क्षेत्रामध्ये अनेक समस्या होत्या. उदाहरणार्थ, या उत्पादनांसाठीचा बाजार स्थानिक भागापुरताच मर्यादित होता आणि स्थानिक ग्राहकांची याला मागणी कमी होती आणि त्यांची खर्च करण्याची क्षमताही कमीच होती. मणिपूरी हस्तकौशल्याच्या वस्तूंच्या विक्रीसाठी मोठे क्षेत्र मिळावे आणि युद्धातील विधवांना जास्त कमवायची संधी मिळावी म्हणून काही विशिष्ट प्रश्नांकडे तातडीने लक्ष देणे गरजेचे होते. नवनवीन कल्पनांची माहिती उपलब्ध करून देणे गरजेचे होते म्हणजे अत्याधुनिक आवडीप्रमाणे उत्पादने बनली असती, आधुनिक निर्मितीतंत्रे, उपकरणे आणि माल वापरून गुणवत्ता सुधारणे, मणिपूरला न येता तिथला माल ज्यांना खरेदी करण्याची इच्छा आहे अशा ग्राहकांच्या सोयीसाठी मुख्य बाजारपेठा आणि इंटरनेटवरील ऑनलाईन प्लॅटफॉर्म यांच्यामार्फत मोठ्या राष्ट्रीय आणि आंतरराष्ट्रीय बाजारपेठांमध्ये प्रवेश मिळवणे.

अशा गोष्टी हाताळण्यासाठी एका नवीन नैपुण्याची गरज होती. ज्याचे ज्ञान किंवा पूर्वानुभव बिनलक्ष्मीकडे नव्हता. तिच्यासाठी हे काम अगदीच वेगळ्या प्रकारचे होते. ज्यामुळे तिचे भविष्य उत्साहवर्धक पण आव्हानात्मकही असणार होते. ती यासाठी रचनाकार, उत्पादक आणि व्यापारी अशा व्यावसायिक लोकांचा संघ जुळवत आहे जो या विधवांच्या कारागिरीच्या केंद्रामध्ये प्रत्यक्ष काम करेल.

ईशान्य भागातील लोकांकडे पाहण्याचा नकारात्मक दृष्टिकोन आणि भेदभाव यांच्यावर काम करण्यासाठी भविष्य बिनलक्ष्मीला साद घालेलच. भारत सरकारने तिला आधीच ईशान्य भागातील समस्यांविषयीच्या समितीवर सदस्य म्हणून नेमले आहे.

जानेवारी २०१४ मध्ये, नवी दिल्लीच्या लाजपतनगर जिल्ह्यात निडो तानया नावाच्या एका अरुणाचलमधल्या मुलाचा मारहाणीमुळे मृत्यू झाला तेव्हा ईशान्य भागातील लोकांच्या भेदभावाचा प्रश्न पुन्हा एकदा ऐरणीवर आला. जनतेने आणि कायद्याची अंमलबजावणी करणाऱ्या स्थानिक अधिकाऱ्यांनी या प्रकाराला अगदी बेफिकीर पद्धतीने हाताळले, हे

धक्कादायक होते. अर्थातच या लाजिरवाण्या गुन्ह्याला हाताळण्याच्या पद्धतीविरुद्ध निदर्शने करण्यात बिनलक्ष्मी आघाडीवर होती. नंतर जुलै २०१४ ला दक्षिण दिल्लीमध्ये कोणत्याही प्रकारे चिथावणी दिली गेली नसतानाही केवळ द्वेषापोटी करण्यात आलेल्या हल्ल्यात एक मणिपूरी तरुण आखा सलोनी मारला गेला. माध्यमातील वृत्तान्तामधून वारंवार हे दाखवले गेले तरी ईशान्य भारतातील लोकांविरुद्धचा भेदभावाचा जोर कमी होत नाही.

तुम्हाला लोकांविषयी माहिती मिळाली की त्यांच्याबद्दल ममत्व वाटू लागते. ईशान्य प्रांतात राहणाऱ्यांविषयी काहीच माहिती नसल्यामुळेच इतरांना अशा प्रकारचे ममत्व वाटत नाही. भारतातील शाळा-कॉलेजमधील शिक्षण ईशान्य भागातील लोकांबाबत फारच कमी माहिती देते असे या भेदभावाबाबतचे बिनलक्ष्मीचे म्हणणे आहे.

ती म्हणते, 'ईशान्य प्रांतात राहणाऱ्या लाखो नागरिकांचा इतिहास आपल्या पाठ्यपुस्तकात मांडला गेलेला नाही. त्यांच्याविषयी असणारा माहितीचा अभाव हे ईशान्येकडच्या लोकांविषयीच्या भेदभावाचे मुख्य कारण आहे.'

या अनुषंगाने सांगायचे झाले तर लोककथा, पोवाडे आणि अंगाईगीतांमधून ईशान्य भागाचा इतिहास मौखिक रूपात उपलब्ध आहे पण माहितीच्या या प्रचंड साठ्याचा अभ्यास करून त्याला पद्धतशीरपणे चिरस्थायी स्वरूप देण्याचा प्रयत्न झालेला नाही. अलीकडेच, बिनलक्ष्मीच्या प्रोत्साहनामुळे मणिपूर गन सरव्हायव्हर्स नेटवर्क आणि नेईविप आणि भारतीय ऐतिहासिक संशोधन समितीने एकत्रितपणे उपलब्ध ऐतिहासिक माहितीचे दस्तऐवजीकरण करण्यास सुरुवात केली आहे आणि ईशान्य राज्यांचा इतिहास भारताच्या मुख्य शैक्षणिक प्रवाहात गुंफण्यास सुरुवात केली आहे.

बिनलक्ष्मीला भविष्यकाळात मणिपूरच्या आणि तसेच ईशान्य प्रांताच्या व पर्यायाने या देशाच्या उद्धारासाठी योगदान देण्याच्या पुष्कळ संधी तिला उपलब्ध आहेत, हेच यावरून दिसते. ज्या तिची कृती, समर्पित चिकाटी आणि कष्टाळूपणा या एका निराळ्याच संयोगातून साध्य होणार होतील.

9

उर्वशी बुटालिया

स्त्रीवादी प्रकाशन

उर्वशी बुटालिया हे भारतातील स्त्रीवादी प्रकाशनातील एक अग्रेसर नाव आहे. तसेच त्या स्त्रीप्रश्नांवर काम करणाऱ्या प्रसिद्ध सामाजिक कार्यकर्त्या आणि लेखिकाही आहेत. त्या पश्चिम पाकिस्तानातील एका शीख निर्वासित कुटुंबातील आहेत. त्यांच्या कुटुंबाने फाळणीनंतर लाहोर सोडलं आणि ते भारतातील अंबाला येथे स्थलांतरित झाले. तेव्हा अंबाला

पंजाब प्रांतात होते. तिथेच १९५२ साली उर्वशी यांचा जन्म झाला. त्यांचे वडील पत्रकार होते आणि आई शिक्षिका होती. ती वेळप्रसंगी स्त्रियांच्या समस्यांशी संबंधित हुंडाविरोधी चळवळीमध्येही सहभागी होत असे. खरं पाहता उर्वशीच्या समोर स्त्रियांच्या हक्कासाठी लढणारी स्त्री म्हणून स्वतःच्या आईचेच उदाहरण होते.

उर्वशीचे शालेय आणि महाविद्यालयीन शिक्षण दिल्लीत झाले. मिरांडा हाऊसमधून त्यांनी पदवी मिळवली. नंतर त्यांनी दिल्ली विद्यापीठातून इंग्रजी साहित्यामध्ये पदव्युत्तर पदवी मिळवली. तसेच लंडनमधील प्रसिद्ध स्कूल ऑफ ओरिएंटल अ‍ॅन्ड आफ्रिकन स्टडीजमधून एम.ए.ची दुसरी पदवी घेतली. त्यांनी सुरुवातीला नवी दिल्लीतील ऑक्सफर्ड युनिव्हर्सिटी प्रेसबरोबर थोडे काम केले आणि नंतर ऑक्सफर्ड तसेच लंडनमधील झेड बुक्स या प्रकाशनाबरोबरही केले.

उर्वशी जेव्हा दिल्ली विद्यापीठात होत्या ती वेळ भारतातील राजकीय आणि सामाजिक अस्वस्थतेची होती. त्या बंडखोर विद्यार्थी संघटनांबरोबर खोलवर गुंतत गेल्या. मिरांडा हाऊसमध्ये पदवीपूर्व शिक्षण घेत असताना हुशार आणि जागरूक मुलींबरोबर संवाद साधताना त्या स्त्री प्रश्नांमध्ये रस घेऊ लागल्या. असे प्रश्न जे नंतर त्यांची आयुष्यभराची बांधीलकी होऊन बसले.

जरी त्यांना साहित्याचा अभ्यास करताना मजा येत असली तरी त्या वेळी दिल्ली विद्यापीठात शिकवले जाणारे अभ्यासक्रम अजूनही वसाहतकालीन साच्यातच अडकून पडलेले होते आणि ही गोष्ट ऊर्वशी यांना निराशाजनक वाटत होती. विद्यापीठाच्या दृष्टीने साहित्याचा अभ्यास म्हणजे इंग्रजी साहित्याचा अभ्यास आणि तिथे इतर भाषांतील साहित्याचा समावेश असणारे फारच थोडे पर्यायी विषय होते. त्यामुळे शिक्षणानंतर पुढे लगेच करण्यासारखी गोष्ट म्हणजे त्या विषयाचे अध्यापन आणि ते करायचे नाही हे त्यांनी पक्के ठरवले. परक्या भूमीतील साहित्यावर लक्ष केंद्रित करण्यापेक्षा भारतातील स्वतःच्या आयुष्याशी संबंधित वास्तवावर आधारित काहीतरी करण्यात त्यांना जास्त रस होता.

याच गोष्टीमुळे त्यांनी प्रकाशन व्यवसायाचा करियर म्हणून गांभीर्याने विचार केला. त्यांना भारतातील स्त्रियांविषयीच्या ज्ञानाचा साठा निर्माण करायचा होता. उर्वशीने स्वतःच्या घरातच एक छोटेसे मुद्रणालयही सुरू करण्याचे स्वप्न पाहिले होते जिथे ती स्त्रीवादी मजकूर आणि मूलगामी राजकीय पत्रके छापू शकेल. हे स्वप्न काही प्रत्यक्षात उतरले नाही. पण ते पूर्णपणे विरलेही नाही. ते एका अशा कल्पनेचे बीज ठरले ज्या कल्पनेने त्यांच्या संपूर्ण आयुष्याला एक आकार दिला. अगदी अनपेक्षितपणे, त्यांना प्रकाशनाशी संबंधित एक काम मिळाले. उर्वशीने ऑक्सफर्डसाठी काही फ्रीलान्सिंग करावे असे तिच्या ऑक्सफर्ड युनिव्हर्सिटी प्रेसमध्ये काम करणाऱ्या मित्राने सुचवले. उर्वशींनी लगेच ते स्वीकारले आणि

त्यांना ते काम प्रचंड आवडले. त्यांना त्यांची वाट सापडली आहे, असं त्यांना वाटलं. प्रकाशन-व्यवसाय हे त्यांच्यासाठी एक योग्य करियर आहे याची त्यांना पुन्हा एकदा खात्री पटली. त्यातच असे झाले की ओ.यू.पीने उर्वशी यांना उत्पादन व्यवस्थापकाची साहाय्यक म्हणून काम देऊ केले.

उर्वशी अशा प्रकारची पुढारी आहे जिला संस्था उभारायला आणि लोकांबरोबर काम करायला आवडते. त्यांना समाजातील सर्व थरांतील माणसांशी सहजपणे संवाद साधता येतो. पण नेतृत्व काही इतक्या सहजपणे येत नाही असे त्यांना वाटते. इतर अनेक क्षमतांप्रमाणेच ते शिकावे आणि जोपासावे लागते. उर्वशी यांच्या म्हणण्याप्रमाणे स्त्रीवादी चळवळीतील त्यांच्या इतक्या वर्षांच्या अनुभवानेच त्यांना कामाच्या समतावादी आणि सर्वसमावेशक वातावरणनिर्मितीच्या महत्त्वाबद्दल बरंच काही शिकवलं आहे. जी स्त्रीवादी धोरणे नंतर त्यांच्या व्यवस्थापन शैलीचा भाग बनली त्यांचे प्रशिक्षण तिला या स्त्रीवादी साहित्यातून मिळाले होते. सर्व प्रकारची मतमतांतरे ऐकून घेणे, विरोधी मते मांडली जात असतानाही शांतता आणि संतुलन राखणे तसेच जिथे श्रेय देण्याची गरज आहे अशा ठिकाणी कोणत्याही पक्षपाताशिवाय श्रेय देणे आणि स्वतःच सगळे श्रेय न लाटणे या सगळ्या गोष्टी त्या इथेच शिकल्या. त्यांच्या दृष्टीने जो खूप कष्ट करतो आणि जो स्वतः उभारलेल्या संघाइतकाच उत्तम असतो तोच नेता असतो. ज्या स्त्रियांना आधाराची गरज आहे त्या स्त्रिया त्यांच्याशी व्यावसायिकरीत्या जोडलेल्या नसल्या तरी त्यांना आधार देण्यासाठी आणि सल्ला देण्यासाठी उर्वशी हवा तेवढा वेळ देतात आणि अनेकदा पुढे जाऊन एखाद्या गरजू बाईला गरज असेल तर अपेक्षेपेक्षा जास्तीची मदत पण करतात. उदाहरणार्थ, वेगवेगळ्या औपचारिक परवानग्या मिळवणे, नोंदणीसाठी कागदपत्रांची जुळवाजुळव करणे, अगदी बँकेत खाते उघडणे आणि ओळखपत्रांची जुळणी करणे यासारखी मदत त्या पुरवतात. आणि प्रामुख्याने उर्वशी यांच्या नेतृत्वशैलीमुळेच त्यांच्या कार्यालयात कायम आनंदी वातावरण असते आणि तिथे काम करणाऱ्या प्रत्येकाला आपलेपणाची व जबाबदारीची जाणीव असते.

उर्वशी जेव्हा ऑक्सफर्ड युनिव्हर्सिटी प्रेसमध्ये काम करत होत्या तेव्हा त्या स्त्रीवादीचळवळीमध्येही खोलवर गुंतत गेल्या. त्यावेळी हुंडाविरोधी आणि बलात्कारविरोधी मोहिमांनी चांगलीच गती घेतली होती. त्या मोहिमांमध्ये काम करणाऱ्यांना स्त्रियांविरुद्धच्या पद्धतशीर आणि रचनात्मक हिंसाचाराचे मूळ जाणून घेतले पाहिजे असे वाटत होते. या समस्यांशी संबंधित साहित्य शोधणे सोपे नव्हते आणि खरोखरच त्यावर फारसा अभ्यासही झालेला नव्हता. या संबंधात उर्वशी म्हणतात, 'मी माझ्या ऑक्सफर्ड युनिव्हर्सिटी प्रेसच्या वरिष्ठांशी बोलले आणि त्यांना विचारलं आपण स्त्रियांविषयीची स्त्रियांनीच लिहिलेली काही पुस्तकं काढूयात का?' पण त्यांना काही त्यात फार रस वाटला नाही. म्हणून मग मी विचार

केला, 'ठीक आहे. जर यांना हे करायचे नसेल तर मी स्वतः हे करेन.' ही माझी सुरुवातीची घाईगडबडीने दिलेली प्रतिक्रिया होती. पण नंतर ती कल्पना माझ्या डोक्यात आकार घेऊ लागली आणि ती अमलात आणण्यासाठी मी कामाला सुरुवात केली.

ही कल्पना प्रत्यक्षात यायला आणखी काही वर्षे लागली. १९७८ मध्ये उर्वशींनी ऑक्सफर्ड युनिव्हर्सिटी प्रेसची नोकरी सोडली आणि दिल्ली विद्यापीठाच्या एका कॉलेजमध्ये त्या प्रकाशनविषयक व्यावसायिक अभ्यासक्रम शिकवायला लागल्या. या वेळेपर्यंत त्यांनी स्त्रीवादी प्रकाशनसंस्था चालू करायचे ठरवले होते. या प्रकाशनाद्वारे स्त्रियांच्या चळवळीत मांडल्या जाणाऱ्या समस्या आणि प्रश्न यांना प्रतिसाद देता येईल तसेच चळवळीतील कार्यकर्त्यांना उपयुक्त ठरू शकेल असे स्त्रियांचे स्त्रियांनीच लिहिलेले ज्ञानभांडारही तयार करता येईल, अशी आशा त्यांना वाटत होती. अशा प्रकारची प्रकाशनसंस्था आर्थिकदृष्ट्या स्वतंत्र आणि व्यावसायिकदृष्ट्याही व्यवहार्य बनावी अशी त्यांची इच्छा होती. हे खूप कठीण होते. कारण त्यावेळी स्त्रीवादी प्रश्नांविषयी आवडीने वाचणारे फारसे कुणी नव्हते. त्या क्षेत्राकडे काहीसे संशयाने पाहिले जायचे आणि ते सुरू करण्याचा विचारही कुणी करत नव्हते.

उर्वशींनी काही काळ कॉलेजमध्ये शिकवले आणि नंतर त्या इंग्लंडला गेल्या. तिथे त्यांनी झेड बुक्समध्ये दोन वर्षे काम केले. त्यावेळी तिसरे जग म्हणून ओळखल्या जाणाऱ्या जगातील स्त्रियांनीच स्त्रियांवर लिहिलेल्या पुस्तकांची यादी तयार करण्यासाठी मदत केली.

स्त्रीवादी प्रकाशनाची सुरुवात

१९८४ मध्ये जेव्हा उर्वशी भारतात परतल्या तेव्हा त्यांनी केवळ स्त्री साहित्य छापणारे भारतातील सर्वांत पहिले स्त्रीवादी प्रकाशन काली फॉर विमेन चालू केले. त्यात त्यांच्याबरोबर रितू मेनन या समविचारी प्रकाशक भागीदार होत्या. स्त्रियांचा आवाज ऐकला जावा या विचाराने उर्वशी आणि रितू यांना झपाटले होते. स्त्रियांच्या समस्यांचे आकलन आणखी सखोल व्हावे यासाठी त्यांना प्रयत्न करायचे होते. तत्कालीन वादांच्या ऐतिहासिक आणि सांस्कृतिक पार्श्वभूमीविषयीचे साहित्य त्यांना पुरवायचे होते तसेच त्यांना आंतरराष्ट्रीय पातळीवरील स्त्रीवादी चळवळींपर्यंतही पोहोचायचे होते. कदाचित सुरुवातीला स्त्रीवादी पुस्तकांना फार मोठा उत्साही प्रतिसाद मिळणार नाही, हे त्यांना माहीत होते. कारण विषय नवीन होता आणि त्याची बाजारपेठ अजून तयार व्हायची होती. म्हणून त्यांनी संपादकीय आणि प्रकाशकीय सल्लागार म्हणून कामे सुरू केली ज्यायोगे कालीसाठी पैसे उभारण्यास आणि तो प्रकाशनासाठी वापरण्यास मदत होईल.

काली फॉर विमेन चालू करण्यासाठी उर्वशी आणि रितू यांनी काही प्राथमिक भांडवल घातले होते. सुरुवातीच्या काही पुस्तकांसाठी त्यांनी देणगीदार संस्थांकडून अनुदान घेतले आणि त्याच्या जोडीला सल्लागार म्हणून स्वतः मिळवलेला पैसा स्वतःसाठी काहीही न घेता त्यात टाकला. काही वर्षांतच काली स्वतःच्या पायावर उभी राहिली आणि देणग्यांवर अवलंबून राहणे थांबले. बँकांच्या गणितानुसार व्यावसायिक नफ्याचा विचार केला तरी ही एक व्यावसायिक यशोगाथाच आहे!

गेली दोन दशके त्यांच्या निष्ठावान टीमच्या पाठिंब्यामुळे उर्वशी आणि रितूने कालीला राष्ट्रीय आणि आंतरराष्ट्रीय स्तरावरील एक प्रकाशनसंस्था म्हणून ओळख मिळवून दिली आहे. कालीने स्त्रियांच्या सर्जनशील, शैक्षणिक, सामाजिक आणि राजकीय लिखाणास एक व्यासपीठ पुरवले आहे आणि काही अनवट पुस्तकांची निर्मिती केली आहे. उदा. राधा कुमारांचे *द हिस्टरी ऑफ डुईंग*, वंदना शिवा यांचे *स्टेईंग अलाइव्ह*, तसेच कुमकुम सांगरी आणि सुदेश वैद्य यांचे *रिकास्टिंग विमेन: एसेज इन कलोनियन हिस्टरी*.

आणि मग थोडी पीछेहाट झाली. दोन दशके एकत्र काम करून कालीची उभारणी केल्यानंतर उर्वशी आणि रितू यांनी विभक्त होण्याचे ठरवले. व्यवस्थापनाच्या दोन वेगळ्या पद्धती अवलंबल्यामुळे त्यांच्यामध्ये ताण येतोय आणि आपण वेगळे झालो तर स्त्रीवादी प्रकाशनाची (व्यापक अर्थाने) प्रगती होण्यास मदत होईल. त्यांनी काली फॉर विमेन बंद केले आणि दोन वेगवेगळ्या स्वतंत्र प्रकाशनसंस्था स्थापन केल्या. उर्वशींनी जुबान स्थापन केली आणि रितूने विमेन अनलिमिटेड! दोन्हीही प्रकाशनसंस्थांचे उद्दिष्ट काली फॉर विमेनसारखेच आहे. सर्वसामान्य रुचीपूर्ण पुस्तके, भाषांतरे आणि बालसाहित्य तसेच दिव्यांग वाचकांसाठी पुस्तके आणि ई-पुस्तके यासारख्या वैशिष्ट्यपूर्ण घटकांचा समावेश करून उर्वशींनी जुबानमध्ये थोडे वैविध्य आणले. स्त्रीवादी क्षेत्रामध्ये लक्षवेधक प्रकल्पांचे आयोजन करण्यातही जुबान सहभागी होत असते.

त्यानंतर बऱ्याच वर्षांनी २०११ मध्ये भारत सरकारने उर्वशी आणि रितू दोघींनाही प्रकाशन व्यवसायातील योगदानासाठी पद्मश्री देऊन गौरवले.

मुख्य आव्हाने

काम सुरू करताना जुबानच्या टीमपुढे सगळ्यात मोठे आव्हान होते अर्थकारणाच्या गणिताचं. प्रकाशन व्यवसायात वाढणारी स्पर्धा हे या आव्हानाचं मूळ होतं. काली फॉर विमेन हा एक प्रसिद्ध ब्रँड झाला होता. त्यामुळे जुबानसमोर आधीच यशाच्या दर्जाचा एक उच्च मापदंड

होता. आता या दोन नवीन स्त्रीवादी प्रकाशनसंस्थांसाठी पुरेशी बाजारपेठ आहे का यासंबंधीची चिंता वाढली होती. इतकेच नाही तर नवीन शतकाच्या वळणावर भारतातील अनेक प्रकाशक तसेच ब्रिटिश आणि अमेरिकन प्रकाशकांशी संबंध असलेले अनेक प्रकाशकही झुंजत होते. त्यातील अनेक प्रकाशकांनी काली फॉर विमेनच्या यशाची नोंद घेऊन स्त्रीवादी प्रकाशन क्षेत्रात शिरकाव करायला सुरुवात केली होती. त्यामुळे स्पर्धा अधिकच तीव्र झाली होती. या सर्वांचा परिणाम जुबानसारख्या छोट्या प्रकाशकांच्या अर्थकारणावर झाला. कारण छपाई, तसेच संपादक, लेखक आणि इतर सेवा पुरवणाऱ्या लोकांचा पगार आणि शुल्क तसेच सेवा व इतर सामग्रीसाठी इतर लोकांच्या बरोबरीनेच जुबानलाही जास्त दर द्यावे लागले. यातले बहुतेक सर्व सेवा पुरवणारे लोक प्रस्थापित मुख्य प्रवाहातील प्रकाशकांबरोबर काम करणे पसंत करत होते आणि ते जेव्हा जुबानसारख्या नवीन संस्थेला त्यांच्या कामाचे दर सांगत त्यातून हे दिसून येत असे. इतर आव्हाने भारतातील प्रकाशन व्यवसायाच्या रचनेमुळे निर्माण झाली. प्रकाशन प्रक्रियेच्या वेगवेगळ्या टप्प्यांवर पत पुरवठ्याची गरज असते. परिणामतः रोकड रकमेचे अतिशय दडपण असते. त्यामुळे नवीन आणि छोट्या संस्थांना प्रवेश करणे आणि यशस्वी होणे फार अवघड होऊन बसते, अशी ही रचना आहे.

जुबान आणि त्याच्यासारख्या इतर छोट्या स्वतंत्र, प्रकाशकांसमोर आणखी एक मोठे आव्हान होते ते म्हणजे वितरण व्यवस्था. देणेकऱ्यांची यादी आणि त्यामुळे बसणारा व्यावसायिक 'तडाखा' यातून सौदा करण्याची एक ताकद येते आणि त्या ताकदीशिवाय येणाऱ्या रक्कमांचा पाठपुरावा करणे आणि सवलतींबद्दल वाटाघाटी करणे अवघड होते. याशिवाय पुस्तके आणि त्यांचे लेखक यांना पुस्तकाच्या दुकानात आणि इतर माध्यमांमधून त्यांच्या योग्यतेनुसार प्रसिद्धी 'दृश्यात्मक प्रसिद्धी' मिळवून देणे हा जुबानसाठी नेहमीच एक महत्त्वाचा विषय होता. कारण खासकरून नवीन लेखकांना आकर्षित करण्याचा आणि टिकवून ठेवण्याचा तो महत्त्वाचा मार्ग होता. परंतु जुबानच्या लहानशा टीममध्ये एकापेक्षा जास्त पुस्तकांच्या दुकानांची खाती सांभाळणारे कर्मचारी नव्हते.

जुबानची स्थापना करत असताना उर्वशी म्हणाल्या होत्या, 'एका व्यावसायिक बाजारपेठेत, छोटी स्त्रीवादी प्रकाशनसंस्था टिकली आणि वाढली पाहिजे.' या ध्येयवाक्याने ठरवलेला दर्जा गाठण्यासाठी तसेच संस्थात्मक उद्दिष्ट साध्य करण्यासाठी जुबान झगडते आहे.

संबंधित उपक्रम

जुबानची स्थापना करण्याव्यतिरिक्त उर्वशींनी आधुनिक आणि खुल्या विचारसरणीच्या दृष्टिकोनातून स्त्रियांचे हक्क आणि फायद्याशी संबंधित विस्तृत आणि बहुआयामी प्रश्नांवर पुष्कळ लिखाण केले (आणि अजूनही करत आहेत). उदाहरणार्थ लग्नाशिवाय एकत्र राहणाऱ्या जोडप्यांच्या हक्कांवर, हिजड्यांवर, निराधार कुमारी मातांवर आणि बलात्कारित आणि बळी पडलेल्या विधवांशी संबंधित अनेक प्रश्नांच्या भेंडोळ्यांवर त्यांनी लिखाण केले. त्यांच्या लिखाणात त्या अनेकदा मौखिक इतिहासाचा वापर करतात. त्यांनी अनेकविध पुस्तके लिहिली आहेत. त्या द *आदर साईड ऑफ सायलेन्स* च्या लेखिका आहेत. गेल्या दशकात दक्षिण आशियावर लिहिल्या गेलेल्या पुस्तकांपैकी हे एक प्रभावशाली पुस्तक आहे. या पुस्तकाला २००१ चा ओरल हिस्टरी बुक असोसिएशनचा पुरस्कार तसेच २००३ मध्ये निक्कई एशिया अ‍ॅवॉर्ड फॉर कल्चर हे दोन्ही पुरस्कार मिळाले आहेत. द *अदर साईड ऑफ सायलेन्स* हे भारताच्या फाळणीवरचं महत्त्वाचं पुस्तक बनलं आहे. जे आजही भारतातील विद्यापीठांच्या साहित्याच्या अभ्यासक्रमात वापरले जाते.

भारताची फाळणी ही इतिहासातील सर्वांत मोठ्या मानवी क्षोभाला कारणीभूत झाली. १९४७ मध्ये काही महिन्यांच्या काळातच हजारो लोक विस्थापित झाले. कित्येक लोक मेले. स्त्रियांचे अपहरण झाले. त्यांच्यावर बलात्कार झाले आणि मुले बेपत्ता झाली. तरीही या घटनेच्या मानवी बाजूबद्दल अगदीच कमी लिखाण झाले आहे. उर्वशींनी द *आदर साईड ऑफ सायलेन्स* मध्ये ही पोकळी भरून काढण्याचा प्रयत्न केला आहे. हे पुस्तक दहा वर्षांत फाळणीतून वाचलेल्या ७० जणांच्या मुलाखती तसेच त्या काळातील पत्रे, रोजनिशी, आठवणी यांच्या अभ्यासाचे फलित आहे. विशेषतः स्त्रिया, मुले आणि सर्वसामान्य माणसे यांच्यावर या घटनेचा कसा परिणाम झाला यावर या पुस्तकात लक्ष केंद्रित केले गेले आहे. या पुस्तकात फाळणीचा उद्देश काय होता आणि प्रत्यक्षात फाळणीमुळे काय साधले? फाळणीबरोबर आलेल्या हिंसाचाराचा आणि वर्ग, जात आणि लिंगभाव यांचा काय संबंध होता? इतक्या भयानक अनुभवातून गेल्यावरही त्यातून जे लोक वाचले त्यांनी त्यांचं आयुष्य कसं चालू ठेवलं? फाळणी हा हॉलोकास्टप्रमाणेच एक 'जिवंत इतिहास' आहे. ज्याचा आताच्या घटनांवरही प्रभाव पडतो, असे मत उर्वशी मांडतात.

फाळणीशी संबंधित ठरावीक प्रसंग शांततेच्या नावाखाली का आणि कसे दडपले गेले, याचे उत्तर त्यांनी स्वतःच्या आणि फाळणीमुळे वाताहत झालेल्या इतर कुटुंबीयांच्या भूतकाळात शोधले. यामुळे फाळणीचा परिणाम झालेल्या माणसांचे आवाज शांत झालेले नाहीत. उलट त्यांच्यामध्ये कडवटपणा शिल्लक राहिला आहे, हे लक्षात आले. ज्यांना

फाळणीच्या अनुभवाला सामोरे जावे लागले असे लोक जेव्हा स्वतःच्या कथा आठवून सांगतील तेव्हा त्या लोकांसाठी ते प्रसंग विसरून जाण्याची आणि त्या जखमा भरण्याच्या प्रक्रियेची हे पुस्तक ही एक सुरुवात असेल, अशा विश्वासानेच उर्वशी यांनी त्यांचे हे पुस्तक लिहिले. मौनाच्या मागे लपलेले वेदनादायी सत्य ऐकून घेण्याच्या त्यांच्या शोधाचा संवेदनाशील व हृदयद्रावक वृत्तांत म्हणजे हे पुस्तक आहे.

उर्वशी आणि त्यांचे जुबानचे कार्यकर्ते प्रकाशन व्यवसायाव्यतिरिक्त स्त्रीप्रश्नांशी संबंधित विविध प्रकल्पांवर काम करतात. यातले अनेक प्रकल्प प्रसिद्ध आंतरराष्ट्रीय विकास संस्थांच्या बरोबर केले जातात. सध्या ते करत असलेल्या संशोधन प्रकल्पापैकी पूर्ण दक्षिण आशियात केला जाणारा प्रकल्प म्हणजे *लैंगिक हिंसा आणि शिक्षेची माफी* याच्याशी संबंधित एक प्रकल्प आहे. यामध्ये भारत, पाकिस्तान, बांग्लादेश श्रीलंका आणि नेपाळ येथील वैयक्तिक आणि सामुदायिक संशोधनपर प्रबंध मोठ्या संख्येने सामील केले आहेत. हा प्रकल्प कॅनडाच्या आंतरराष्ट्रीय विकास संशोधन केंद्राने अनुदानित केला आहे. दुसरा प्रमुख प्रकल्प आहे 'कल्चर्स ऑफ पीस'. यात लिखाण, संगीत, चित्रपट, नाटक आणि वृत्तपत्र या माध्यमातून भारताच्या ईशान्य भागातील विविध संस्कृतींचे, वर्णन केले आहे. हा प्रकल्प हानरिक बाऊल फाऊंडेशन संस्थेच्या सहकार्याने आयोजित केला गेला आहे. जुबानने हानरिक बाऊल फाऊंडेशनसोबत इतर प्रश्नांवरही काम केले आहे. त्यापैकी एक म्हणजे *पार्टिशन: द लाँग शॅडो* या नावाची फाळणीवर आधारित व्याख्यानमाला आयोजित करणे आणि त्याच नावाने त्या व्याख्यानांचे पुस्तकात संकलन करणे. याआधी फोर्ड फाऊंडेशनने अनुदानित केलेल्या एका प्रकल्पात स्त्री चळवळीचा इतिहास चित्रफलकाद्वारे सांगण्यावर भर दिला आहे. या 'पोस्टर विमेन' नावाच्या प्रकल्पातून जुबानने भारतातील वेगवेगळ्या भागातील स्त्रियांच्या गटांनी तयार केलेल्या १५०० पोस्टर्सचा आगळावेगळा संग्रह केला आहे. भारतातील स्त्रीवादाचा इतिहास चित्रित करणारा पोस्टर विमेनचा हा संग्रह एक आकर्षक आनंदयात्राच आहे आणि आता तो ऑनलाईन स्वरूपातही उपलब्ध आहे. या सर्वांचा परिणाम म्हणून अनेक महत्त्वाची प्रदर्शनं, दोन पुस्तकं, पोस्टकार्ड आणि संबंधित विक्रीच्या गोष्टी निर्माण झाल्या. जुबानने एका अभ्यासाद्वारे जगभरातील स्त्रियांच्या संग्रहालयांचा शोध घेतला. हा अभ्यास फोर्ड फाऊंडेशनच्या सहकार्याने करण्यात आला.

तथापि, प्रकाशन हेच जुबानचे मुख्य काम आहे. विशेषतः ज्यांना औपचारिक शिक्षण आणि प्रशिक्षण मिळालेले नाही अशा नवीन दुय्यम लेखकांची पुस्तके आणण्यास जुबानचे कार्यकर्ते प्राधान्य देतात. अनेकदा असे लेखक गरीब कुटुंबातून आलेले असतात. झोपडपट्ट्यात राहात असतात आणि त्यांना शिक्षणाची संधी कमी मिळालेली असते. त्यांच्या कथा या अत्यंत अवघड परिस्थितीतल्या आयुष्यासंबंधी असतात आणि

उच्चभ्रू मध्यमवर्गीय, सुशिक्षित, इंग्रजी बोलणाऱ्या शहरी स्त्रियांपेक्षा त्या अगदी वेगळ्या असतात. या दुय्यम लेखकांच्या पुस्तकांचे प्रकाशन केल्यामुळे त्यांच्या आयुष्यात आणि ती वाचणाऱ्या वाचकांच्या आयुष्यातही खूपच सकारात्मक बदल घडतात. जे खरं म्हणजे जुबान या उपक्रमाचे मुख्य उद्दिष्ट होते.

बेबी हालडर नावाच्या घरकाम करणाऱ्या बाईच्या आठवणींचे एक पुस्तक अशा प्रकारच्या दुय्यम लेखकांच्या पुस्तकाचे उदाहरण आहे. बेबीचे लहानपण खूप कठीण गेले. तिच्या आईने तान्ह्या भावाला घेऊन घर सोडले. बायको निघून गेल्यानंतर मुलांना सांभाळणे जमेनासे झाल्यावर बेबीच्या वडिलांनी पहिल्यांदा तिच्या मोठ्या बहिणीचे लग्न लावून दिले आणि नंतर बेबीचे! तेव्हा ती फक्त १२ वर्षांपेक्षा थोडीच मोठी होती. तिचा नवरा तिच्यापेक्षा १४ वर्षांनी मोठा होता. तेरा वर्षांची असताना बेबी आई झाली. तिचा संसार खूप अवघड आणि अत्याचाराने भरलेला होता. शेवटी एक दिवस सहन न झाल्याने ती तिच्या तीन मुलांसह घरातून बाहेर पडली आणि दिल्लीला आली. दिल्लीमध्ये खूप अडचणींचा सामना केल्यावर आणि खूपशा फसवणुकीनंतर तिला एका निवृत्त प्राध्यापकाच्या घरी काम मिळाले. प्रबोधकुमार फक्त प्राध्यापकच नव्हते तर ते भारतातील प्रसिद्ध हिंदी कथाकार मुन्शी प्रेमचंदांचे नातूही होते. घराची स्वच्छता करताना बेबीचे लक्ष खूप वेळा पुस्तकांवर असते हे प्राध्यापकांच्या लक्षात आले आणि एक दिवस त्यांनी तिला तुला वाचता येते का? असे विचारले. तिला काही पुस्तके देऊन वाचायला प्रोत्साहनही दिले. तिला ती पुस्तके वाचायला वेळ मिळेल याची खात्रीही करून घेतली. अशा प्रकारे बेबीने स्वतःला पुन्हा एकदा वाचनाकडे वळवले. एक दिवस प्राध्यापकांनी तिला एक वही व पेन दिले आणि तिला तिच्या आयुष्याबद्दल लिहायला सांगितले. तिने जे पुस्तक लिहिले त्याचे नाव *अलो अंधारी* (अंधाराकडून उजेडाकडे). हे जुबानने इंग्रजीमध्ये प्रकाशित केले. हे पुस्तक उपेक्षित स्त्रियांनी लिहिलेल्या अनेक पुस्तकांमध्ये अग्रेसर ठरले.

प्राध्यापक कुमारांच्या घरी मोलकरीण म्हणून काम करत असताना बेबीने गांभीर्याने लिखाण सुरू केले. ती रात्री उशिरा काम उरकल्यावर लिहीत असे आणि कधीकधी तर झाडणे, सफाई करणे, फरशी पुसणे अशी घरकामे करताकरताही तिने लिखाण केले. हे पुस्तक प्राध्यापक कुमारांनी हिंदीमध्ये अनुवादित केले व प्रकाशित केले. उर्वशी यांनी ते हिंदी संस्करण पाहिले आणि ताबडतोब लेखक आणि प्रकाशकाशी हक्कांसाठी संपर्क साधला. त्यांनी करार करून त्याचे इंग्रजीत भाषांतर केले आणि अ लाईफ लेस ऑर्डिनरी या नावाने ते प्रकाशित केले. या पुस्तकाच्या प्रकाशनाने बेबी हालडरचे आयुष्यच बदलून गेले. ती इतर घरकाम करणाऱ्या स्त्रियांसाठी एक आदर्श बनली. तिने तिच्या आयुष्यावर आणि तिच्या लिखाणावर देशाच्या अनेक भागात आणि तसेच परदेशातही भाषणे दिली. नंतर तिने आणखी तीन पुस्तके

लिहिली. प्रत्येक पुस्तक लिहिण्यासाठी तिला एक वर्ष लागले कारण तिने मोलकरणीचे काम करत आणि तिच्या मुलांना सांभाळत लिखाण करणे पसंत केले. हे करणे तिच्यासाठी गरजेचे आहे, असे ती म्हणाली. कारण त्यातूनच तिला प्रेरणा आणि लिखाणासाठी मजकूर मिळतो. तिची पुस्तके, फ्रेंच, जर्मन आणि जपानी भाषेत अनुवादित झाली आहेत.

जुबानमध्ये आणि त्याआधी कालीमध्येसुद्धा उर्वशीचे कार्यकर्ते नेहमी उपेक्षित स्त्रियांच्या आवाजाला पाठिंबा देण्याचा विशेष प्रयत्न करत असत. १९८९ मध्ये कालीने शरीर की जानकारी (शरीराची माहिती) नावाचे पुस्तक प्रकाशित केले. हे पुस्तक राजस्थानच्या खेड्यापाड्यातील ७५ स्त्रियांनी लिहिलेले होते. ते स्त्रीदेहाबद्दल होते. ते छापण्यासाठी त्या स्त्रियांकडे काही साधन नव्हते.

उर्वशी म्हणतात, 'जेव्हा या स्त्रिया हे पुस्तक घेऊन आम्हाला भेटल्या तेव्हा त्यांनी फक्त एक अट घातली आणि ती म्हणजे हे पुस्तक नफा मिळवण्यासाठी विकले जाऊ नये. आम्ही २००० प्रतींपासून सुरुवात केली. पण छापखान्याकडून प्रती येण्यापूर्वीच त्या स्त्रियांनी तोंडी प्रचार करून १८०० प्रती खपवल्या. इतक्या वर्षांत या पुस्तकाच्या जवळपास ७०,००० प्रती विकल्या गेल्या आहेत!'

जुबानसाठी महत्त्वाचे असणारे आणखी एक पुस्तक म्हणजे डू यू *रिमेंबर कुनान पोशपोरा.* विशीतल्या पाच तरुण काश्मिरी स्त्रियांनी हे पुस्तक लिहिलं आहे. आणि १९९१ मध्ये काश्मीरच्या कुनान आणि पाशपोरा या दोन खेड्यांमध्ये जो सामूहिक बलात्कार झाला त्याचा इतिहास हे पुस्तक कथन करते. त्यांचा इतिहास जगापुढे आणण्याची ज्यांची इच्छा होती आणि तो खटला पुन्हा चालू व्हावा अशी ज्यांची इच्छा होती त्या स्त्रियांनी हे पुस्तक लिहिले. त्यांनी फक्त हे पुस्तक छापण्यात प्रकाशकाला रस आहे का, एवढेच विचारण्यासाठी जुबानशी संपर्क साधला नाही तर त्यांची एक अनोखी विनंती होती. त्यांच्याकडे सगळं साहित्य होतं पण त्याला पुस्तकाचं स्वरूप कसं द्यावं हे त्यांना खरंच माहीत नव्हतं आणि जुबानने त्यांना ते शिकवावं असं त्यांना वाटत होतं. त्यानंतर जुबानने त्यांना दिल्लीला बोलावले आणि दोन दिवसांची लिखाणाची कार्यशाळा घेतली. या कार्यशाळेत जुबानच्या कार्यकर्त्यांनी त्या काश्मिरी तरुणींना प्रकरण अभ्यासाचे लिखाण करण्यातील तांत्रिक बाबी शिकवल्या. नंतर त्या काश्मीरला परत गेल्या आणि त्यांनी पूर्ण हस्तलिखित तयार केले. जे लवकरच जुबानतर्फे पुस्तक म्हणून प्रसिद्ध होणार आहे.

उर्वशी यांच्यासाठी अशा प्रकारचे प्रकाशन कायमच खूप महत्त्वाचे होते. कारण अशा गोष्टी त्यांच्या जीवनध्येयाचा जो सगळ्यात जास्त महत्त्वाचा भाग होता त्या भागाचे मोठ्या

प्रमाणात प्रतिनिधित्व करत. त्यामुळे उर्वशीच्या समविचारी कार्यकर्त्यांच्या संघासही प्रेरणा मिळाली.

जागतिक आणि भारतीय स्त्रीचळवळीतही उर्वशी कृतिशील आहेत. स्त्रियांच्या बाबतीत घडणारी हिंसा, हुंडा आणि बलात्कार या विषयांशी संबंधित कायद्यांमध्ये बदल घडवून आणण्यासाठी काम करणाऱ्या संस्थांबरोबरही त्यांनी काम केले आहे. त्या आता एका नवीन पुस्तकावर काम करत आहेत. ज्याचं नाव आहे *मोना: अ सॉर्ट ऑफ लाईफ/अ लाईफ ऑफ सॉर्ट्स.* हे पुस्तक एका किन्नराविषयी आहे.

उर्वशीचा महत्त्वाकांक्षी उद्योजकांना सल्ला

स्वत:साठी काय चांगले असू शकेल याचा विचार करण्यास प्रवृत्त करण्याऐवजी भारतातल्या मुलींना बऱ्याचदा त्यांच्यासाठी काय चांगले आहे हेच सांगितले जाते. पण तरुण मुलींनी स्वप्न पाहाणे महत्त्वाचे आहे. त्यांना खरच काय हवं आहे किंवा करायचं आहे याकडे त्यांनी लक्ष दिले पाहिजे. स्वत:वर विश्वास ठेवला पाहिजे आणि त्यांच्या कल्पनाशक्तीला स्वच्छंदपणे वावरू दिलं पाहिजे. आपल्याला काय करायचे आहे यावरचा ठाम विश्वास ती गोष्ट मिळवण्याकडे टाकलेलं पहिलं पाऊल आहे. आणि जर तुम्ही काहीतरी उभे करण्यात यशस्वी झालात तर कायम हे ध्यानात ठेवा की तो उद्योग हा तुमच्यापेक्षा महत्त्वाचा आहे आणि तो तुमच्या नंतरही चालू राहायला हवा.

भावी काळ

गुणवत्ता आणि विविध पुस्तकांचं प्रकाशन या गोष्टींमधलं जुबानच्या टीमचं यश आणि त्यांचा प्रभाव तसेच त्याच्या प्रकल्पांचे यश आणि उद्योगधंद्यातले स्थैर्य यामुळे उर्वशी यांना त्यांच्या उपक्रमात वाढ करण्यासाठी एक आत्मविश्वास आला आहे. जुबानचे कार्यकर्त्यांच्या विस्तारित कार्यक्रमात वेगवेगळ्या उपक्रमांचा समावेश आहे. उदाहरणार्थ, जुबान एक छोटी प्रकाशनसंस्था असल्यामुळे जी आर्थिक संकटं उद्भवतात त्यावर मात करण्यासाठी जुबान आता प्रकाशन व्यवसायाशी संबंधित मार्गदर्शन सेवा पुरवण्याच्या नवीन क्षेत्रात काम करणार आहे आणि त्यामुळे जरा चांगले उत्पन्न मिळेल. या मार्गदर्शन सेवेद्वारे ज्या अनेक संस्थांना अशा प्रकारच्या सेवेची गरज आहे त्यांना मार्गदर्शन केले जाईल. सेवा उदा. अनेक संस्थांना लिंगभावाची जाणीव, कामाच्या जागी लैंगिक छळ आणि अशा इतर प्रकारच्या विषयांबाबत

सल्ला हवा असतो. या सर्व योजना पुरवताना जुबानने इतक्या वर्षांत जे विस्तृत आणि व्यावसायिक संपर्क जाळे पसरवले आहे त्याचा चांगला उपयोग होतो.

पण या विस्ताराच्या आणि वैविध्य आणण्याच्या कार्यक्रमासाठी बाहेरून भरीव निधी मिळवण्याची आवश्यकता आहे. जुबान मुळात ना नफा ना तोटा योजनेवर आधारित विश्वस्त संस्था आहे. या ना नफा ना तोटा अशा स्वरूपाच्या विश्वस्त संस्थेबरोबरच जुबानने अलीकडे नफा मिळवणारी प्रकाशनसंस्था स्थापली आहे. जुबान पब्लिशर्स प्रा. लि. या संस्थेचे मालकी हक्क जुबानच्या वरिष्ठांकडे आहेत. विश्वस्त संस्थेप्रमाणे ही कंपनी योग्य बहिःस्थ, व्यावसायिक गुंतवणुकी शोधू शकते तसेच मिळवू शकते आणि ह्या विकास कार्यक्रमांसाठी त्या गुंतवणुकींचा वापर केला जाऊ शकतो.

जुबान आता एका भागीदाराच्या (किंवा भागीदारांच्या) शोधात आहे, जो जुबानच्या भावी काळातील विकासासाठी पैसा देणारी गुंतवणूक करेल. जुबान अशा भागीदाराच्या शोधात आहेत ज्याची विचारसरणी त्यांच्याबरोबर जुळेल आणि सध्याच्या व्यवस्थापन शैलीशी आणि रचनेशी त्याची एकतानता जुळेल. प्रकाशन ज्या प्रकारचा व्यवसाय आहे आणि जुबान ज्या प्रकारची संस्था आहे ते लक्षात घेता या संस्थेने एक असा गुंतवणूकदार होणे गरजेचे आहे ज्याला स्वतःच्या आर्थिक फायद्यापेक्षा सामाजिक प्रभावात - खासकरून स्त्रियांच्या आयुष्यावर प्रभाव पाडण्यात रस असेल. जुबान आता संस्थात्मक पातळीवर स्थिर आहे आणि आर्थिकदृष्ट्याही सक्षम आहे.

जुबान आता स्त्रियांच्या हितास प्रोत्साहन देणारे एक वैशिष्ट्यपूर्ण आणि सशक्त मध्यवर्ती केंद्र होण्याच्या उंबरठ्यावर आहे. आणि संस्थेच्या या टप्प्यावर उर्वशीने संस्थेच्या कामास पाठिंबा देणारा योग्य भागीदार मिळवणे खूप महत्त्वाचे आहे.

10

मनिषा गुप्ता

सामाजिक उद्योजकता

मनिषा गुप्ता एक निर्भय आणि प्रेरणादायी स्त्री उद्योजक. त्या स्टार्टअप या संस्थेच्या संस्थापक आणि व्यवस्थापकीय संचालक आहेत. ही संस्था होतकरू सामाजिक उद्योजकांना त्यांच्या प्रकल्पाच्या सुरुवातीच्या काळात तग धरून राहण्यासाठी मदत करते. ही संस्था कायमस्वरूपी बदल घडवून आणणारे – खासकरून समाजातील

उपेक्षित भागांमध्ये बदल घडवून आणणारे प्रकल्प रुजावेत आणि त्यांची वाढ व्हावी यासाठी विकास आणि अंमलबजावणीच्या पातळीवर मदत करते. मनिषा तिच्या या उपक्रमामागची विचारसरणी स्पष्ट करते, 'स्टार्टअप एक सामाजिक विकास उद्योग आहे. आम्ही सामाजिक उद्योजकांच्या सुरुवातीच्या टप्प्यापासून ते त्यांचा उद्योग स्वयंपूर्ण होईपर्यंत अगदी खोलवर जाऊन त्यांच्याबरोबर काम करतो. एखादा उद्योग विशिष्ट कार्यपद्धतीने व तंत्राने चालावा, तो लवचीक बनावा, त्याला धोरणात्मक दिशा मिळावी, फारसे प्रयोग न करता त्याची वाढ व्हावी, तसेच खर्चीक चुका टाळता याव्यात यासाठी लागणारे व्यवस्थापनाचे पाठबळ आम्ही पुरवतो. एका अर्थी आम्ही त्यांचे सहभागीदारच असतो.'

मनिषाच्या मनात अगदी लहापणापासूनच तिच्या आयुष्याच्या भावी ध्येयाविषयीच्या कल्पना आकारास येऊ लागल्या होत्या. ती कोलकत्याच्या शाळेत जाणारी एक लहान मुलगी होती तेव्हापासूनच अवतीभवती घडणाऱ्या अन्यायकारक गोष्टी तिच्या लक्षात येत होत्या खासकरून, मुलींना ज्या प्रकारे वागवले जायचे त्या गोष्टी. त्याबद्दल ती म्हणते, 'मी एका मोठ्या कुटुंबात वाढले आणि मुलींना अनेक प्रकारे कसे बंधनात ठेवले जाते, हे पाहिले. उलटपक्षी मुलांना मोठ्या प्रमाणावर स्वातंत्र्य दिले जायचे. सर्वसामान्यपणे मुलींना मुलांपेक्षा कमी लेखले जायचे आणि खूप कमी सोयीसुविधा दिल्या जायच्या. हा पक्षपातीपणा इतका सर्रास व्हायचा की मुला-मुलींना हे नेहमीचे आणि नैसर्गिक आहे असेच वाटायचे. मी समाजात घडणाऱ्या अशा अनेक घटना पाहिल्या ज्यामुळे सद्वर्तनाच्या माझ्या कल्पनांना छेद गेला. इतर जातीच्या, इतर समाजाच्या, इतर धर्माच्या आणि कधीकधी भिन्न रंगाच्या लोकांना दिली जाणारी भेदभावाची वागणूक अशा या गोष्टी होत्या. अशा प्रकारच्या रूढीपरंपरा पाहून परिस्थितीत सुधारणा कशी होणार, याचे मला आश्चर्य वाटत असे.'

त्यानंतर बऱ्याच वर्षांनी १९९३ ते १९९४ दरम्यान ती सेंट झेव्हियर कॉलेजमध्ये पदवीपूर्व विभागाची मानव्यविद्या शाखेची विद्यार्थिनी होती. तेव्हा तिला स्वतःचे विचार एका सुसंगत ध्येयात आणि कार्यात परिणत करण्यास योग्य संकल्पनांची पार्श्वभूमी आणि शब्द मिळाले.

विद्यार्थीदशेत मनिषाने मासिकांसाठी व वृत्तपत्रांसाठी मुक्त पत्रकारिता सुरू केली. या लिखाणामुळे तिच्या कल्पनांमध्ये सुस्पष्टता येण्यास मदत झाली आणि तिच्यामध्ये स्वत:ला व्यक्त करण्याची क्षमता निर्माण झाली.

पार्श्वभूमी

मनिषाचे कुटुंब गुप्ता खानदानापैकी आहे. नवीन शतकाच्या वळणावर वाराणसीहून कोलकत्याला स्थलांतरित झालेल्या व्यापाऱ्यांपैकी हे एक! त्यांनी यशस्वीरीत्या मिठाईचा व्यवसाय स्थापन केला. कोलकत्त्यामध्ये हा व्यवसाय खूपच चांगला चालला आणि लवकरच बहारीन, काठमांडू आणि अगदी लंडनमध्येसुद्धा त्याचा विस्तार झाला. व्यावसायिक यशामुळे या कुटुंबाचे काही प्रभावी आणि महत्त्वाच्या लोकांबरोबर संबंध जोडले गेले. त्यातलेच एक होते बिर्ला कुटुंब. जे कोलकत्यातील मारवाडी लोकांच्या व्यवसायाचे अध्वर्यू समजले जायचे. हे संबंध व्यवसायास गती देणारे ठरले जे पुढे जाऊन गुप्तांच्या व्यवसायासाठी खूप फायदेशीर ठरले. मनिषा अशा वातावरणात वाढली जिथे उद्योजकता, व्यावसायिक कल्पना या गोष्टींविषयी सतत चर्चा होत असे आणि वाद घातले जात. तिच्या रक्तात उद्योजकतेचे बीज होते. लहानपणापासून तिला व्यावसायिक वातावरणाची आणि संस्कृतीची ओळख होती.

गुप्ता कुटुंबाचे दृष्टिकोन आणि श्रद्धा अगदी पारंपरिक आणि जुन्या वळणाच्या होत्या. त्यांच्याकडे पितृसत्ताक संस्कृती अगदी जोरदारपणे नांदत होती. वडीलधाऱ्या पुरुषांनी दिलेले आदेश कोणताही प्रश्न न विचारता किंवा वाद न घालता ऐकण्यासाठीच असत. सगळ्या कौटुंबिक गोष्टींची सूत्रे वडीलधाऱ्यांच्याच हातात होती. तेच लष्करी दलातील कंट्रोल आणि कमांडच्या धर्तीवर कुटुंबातील सदस्यांचे शिक्षण, लग्न, करियरचे पर्याय या गोष्टींचे निर्णय घेत असत. घरातील प्रत्येकाच्या मनावर कुटुंबातील मोठ्यांनी घालून दिलेल्या पायंड्याचे अनुसरण करण्याचे प्रचंड दडपण होते. जरी एखाद्याने या सर्वसंमत मार्गाबाहेर जाण्याचा प्रयत्न केला तरी त्याला क्षमा केली जायची नाही. अशा प्रकारच्या पुराणमतवादी कुटुंबात वाढल्यामुळे बाहेर पडून स्वतःची एक वेगळी ओळख निर्माण करण्याची मनिषाची इच्छा क्षीण होण्याऐवजी आश्चर्यकारकरीत्या बळकटच होत गेली.

मनिषाचे वडील इतर कुटुंबीयांपेक्षा थोडेसे वेगळे होते. परदेशामध्ये भारतीय मिठाईची जागतिक दर्जाची दुकाने उभी करण्याचं त्यांचं स्वप्न होतं आणि या कामासाठी ते जगभर फिरले होते. त्यामुळे ते मुक्त विचारांचे होते आणि थोडेसे सुधारक प्रवृत्तीचेही होते. त्यांनी नवीन ज्ञानाची गवाक्षे उघडून कुटुंबीयांना मुक्त विचारांनी प्रोत्साहित केले आणि कुटुंबात एक ताजी ऊर्जा आणली. त्यांनी छोट्या मनिषाला नाटके, नृत्य आणि पुस्तकांची ओळख करून दिली. काही जुन्या पारंपरिक, कौटुंबिक दडपणांपासून वाचवले. पण दुर्दैवाने मनिषाचे हे संरक्षक कवच फार काळ टिकणार नव्हते.

अचानक एक दिवस मनिषाचे वडील वयाच्या ३३ व्या वर्षी रस्त्यावरच्या एका अपघातात गेले आणि तिला प्रचंड धक्का बसला. मनिषाचे सुखदायी आयुष्य विखुरले.

मनिषा तेव्हा ११ वर्षांची होती आणि तिची स्वतःची मते तयार व्हायला सुरुवात झाली होती. पारंपरिक बंदिस्त वातावरणातील मनिषाला एक पालक गमवण्याच्या दुःखाबरोबरच मुक्त विचार देणारा आपला रक्षणकर्ता गेल्याचेही दुःख झाले.

सर्वसाधारणपणे त्याचदरम्यान दुसरी अशी एक घटना घडली जिचा मनिषावर खूप मोठा परिणाम झाला. आपल्या पारंपरिक मूल्यांसाठी ओळखली जाणारी आणि म्हणूनच मनिषाच्या कुटुंबांकडून सुरक्षित म्हणून स्वीकारली गेलेली कोलकत्यातील एक प्राचीन शैक्षणिक संस्था होती. मनिषा जिथे जात होती त्या संस्थेच्या कन्या शाळेला एक नवीन प्राचार्या लाभली, शोभना वर्गीस. त्यांनी ताबडतोब शाळेची संस्कृती बदलायला सुरुवात केली. उदाहरणार्थ, शाळेत वीणकाम, भरतकाम अशी नमुनेदार हिंदू सुनांची वेळ घालवण्याची घरगुती साधने शिकवण्याऐवजी त्यांनी सार्वजनिक भाषणे/वक्तृत्व, नाटके, शॉर्टहॅन्ड, टायपिंग यासारखी काही अद्ययावत आधुनिक कौशल्ये शिकवणे सुरू केले. शाळेमध्ये या प्रकारच्या बदलावर भर दिल्यामुळे मनिषाच्या मनात एक सहानुभावाची तार छेडली गेली. ज्यामुळे पुढे जाऊन तिला समाजातील स्त्रियांच्या भूमिकेबाबतच्या जुन्या श्रद्धांना विरोध करण्यास आणि त्या नाकारण्यास बळ मिळाले.

मनिषाच्या बालपणी आणि तारुण्यात परंपरा आणि नवता यांच्यामधला संघर्ष पुन्हापुन्हा समोर येत राहिला. विशेषकरून तिचे काम आणि जीवनपद्धती यांचा विचार करताना. तिच्या लग्नाचा प्रश्न उपस्थित झाला तेव्हा तर हा संघर्ष अगदी टिपेला पोहोचला. आग्र्याला तिच्यासाठी एक अनुरूप मुलगा मिळाला आहे आणि तो मुलगी 'बघण्यासाठी' लवकरच येणार आहे असे तिच्या आजी-आजोबांनी जाहीर केले. या ठरवून होणाऱ्या लग्नाच्या ज्या अपेक्षा होत्या त्यांच्याबद्दल मनिषाने एक ठाम नकाराची भूमिका घेतली आणि कुटुंबाने तिच्यासाठी कोणतीही मुले शोधू नये, असे सांगितले. मनिषाच्या भूमिकेबद्दल कुटुंबाने लगेचच तीव्र प्रतिक्रिया व्यक्त केली. तिला तिच्या खोलीत कोंडून ठेवले आणि बाहेरच्या जगाचे दरवाजे तिच्यासाठी बंद केले गेले. तिला शारीरिक हिंसेलाही तोंड द्यावे लागले. उच्च शिक्षण व करियर यासारख्या गोष्टी करू पाहणारी वेगळ्या आयुष्याचा वेध घेणारी आणि त्यासाठी कुटुंबाने सुचवलेल्या मुलाला नाही म्हणणारी एकही मुलगी आजपर्यंत या खानदानात जन्मली नव्हती. सौम्य भाषेत सांगायचे झाले तर ते संतापले होते.

याचवेळी कुटुंबात ज्यांच्या शब्दाला मान होता अशा काही मित्रांनी मध्यस्थी करून तिने घराबाहेर पडून निदान ९ ते ५ या मर्यादित वेळेत काम करावे यासाठी मनिषाच्या आजोबांना राजी केले. यात बिर्लांकडून चालवल्या जाणाऱ्या कन्याशाळेच्या शिक्षकांचा पण समावेश होता. या सगळ्या निराशाजनक काळाविषयी मनिषाने एक महत्त्वपूर्ण विधान केले, 'त्या बंदिवासाचा अनुभव घेतल्यानंतर मी बाहेर पडले तेव्हा मी एक महत्त्वाचा वैयक्तिक निर्णय

घेतला. तो म्हणजे इथून पुढे कोणतीही परिस्थिती, कोणतीही व्यक्ती किंवा कोणीही माझे निर्णय किंवा माझ्याशी संबंधित घटनांचे निर्णय घेणार नाही. मी स्वतः च स्वतःचे आयुष्य घडवेन आणि त्याची जबाबदारी घेईन.'

या निश्चयामुळे मनिषाचे आयुष्य बदलले आणि ती सामाजिक बदलाच्या वाटेवर विशेषकरून स्त्रियांच्या हक्कांशी संबंधित प्रश्नांवर काम करण्याच्या वाटेवर चालू लागली.

कुटुंबातील निराशाजनक घटनांमुळे मनिषाला तारुण्यात पहिल्यांदाच आव्हानात्मक परिस्थितीला सामोरी जावे लागले आणि आयुष्यातील समस्यांशी जुळवून घेण्यास झगडावे लागले. अशा परिस्थितीत निशेरिअन डायशॉनीन बुद्धिझमवरील वाढत्या विश्वासाने तिला मनःशक्ती आणि दिलासा दिला. तिने हा अभ्यास गांभीर्याने केला आणि सामुदायिक प्रार्थना तसेच मंत्रपठणात जो या बौद्ध परंपरेचा पाया असणारा ध्यानाचा एक चैतन्यदायी प्रकार आहे त्यातही ती सहभागी झाली. यामुळे तिला स्वतःला सक्षम बनवण्यास आणि जगण्यासाठी एक ताकद मिळाली. त्याने तिची ऊर्जेची पातळी उंचावली आणि तिला आध्यात्मिक शक्ती मिळाली. एखाद्याचे आजूबाजूचे वातावरण हे त्याच्या आतील अस्तित्वाचे प्रतिबिंब असते, हे तिला या अभ्यासातून जाणवले. म्हणून जर तिला एखादी गोष्ट किंवा व्यक्ती आवडत नसेल तर तिने स्वतःचा दृष्टिकोन आणि मत बदलणे गरजेचे आहे मगच संबंधित समस्या सुटेल हे तिला कळले.

या बौद्ध प्रथांमुळे मनिषामध्ये एका अंतर्गत शक्तीचा विकास झाला. तिने हळूहळू आपले स्वातंत्र्य मिळवायला सुरुवात केली. तिने पुन्हा एकदा मुक्त पत्रकार म्हणून लिहायला सुरुवात केली. पत्रकारितेबद्दल स्वतःच्या कुटुंबीयांचा तिटकारा तिला माहीत होता. विशेषतः स्त्रियांसाठी म्हणून ते त्यांच्या दृष्टीने किती तिरस्करणीय होते हे तिला माहीत होते म्हणून मनिषाने जिथे लेखकाचं नाव असतं ती मथळ्याखालची ओळ गाळून टाकून काळजीपूर्वक स्वतःची ओळख लपवली. ज्या प्रकाशकांची वृत्तपत्रे, साहित्य तिच्या घरी वाचली जाणार नाही अशा प्रकाशकांकडेच ती लिहायची.

भारतीय समाजात सामाजिक बदल घडवून आणण्यासाठी ती तिचे आयुष्य खर्च करेल, विशेषकरून, स्त्रियांसाठी आणि समाजातील वंचित घटकांसाठी, असे तिने विद्यापीठातून बाहेर पडताना ठरवले होते. तिने मग अशा संस्थांचा शोध घ्यायला सुरुवात केली ज्या तिला तिचे उद्दिष्ट साध्य करायला मदत करतील. त्याविषयी आठवून ती म्हणते, 'मी एक अशी तरुण व्यक्ती होते जिच्या मनात समानतेबद्दल अनेक प्रश्न होते. माझे जीवनध्येय पूर्ण करण्यास मला मदत करेल अशा एका संस्थेच्या शोधात होते. अचानक एक संधी आली आणि मला अशोका –इनोव्हेटर्स फॉर पब्लिकच्या उंबरठ्यात घेऊन गेली. ही सामाजिक उद्योजकतेला प्रोत्साहन देणारी एक जागतिक संस्था होती. ही गोष्ट आहे १९९४ मधली. मला

तोपर्यंत सामाजिक उद्योजक म्हणजे काय हेसुद्धा माहीत नव्हते. त्याचा अर्थ काय हे माहीत नव्हते. पण मला इथे प्रचंड शक्यता आणि ऊर्जा जाणवली.'

अशोकाचे त्यावेळचे भारतातले कार्यालय कोलकत्त्याच्या मध्यवर्ती भागातील एका मोठ्या गोदामाच्या छोट्याशा कोपऱ्यात होते. केवळ चारच लोक बसू शकतील अशा त्या कार्यालयात मनिषाला सुष्मिता घोष भेटल्या. त्या तेव्हा भारत देशाचे प्रतिनिधित्व करत होत्या आणि नंतर अशोकाच्या जागतिक अध्यक्ष बनल्या. मनिषाला आठवते, 'सुष्मिता यांनी ज्या कल्पना सांगितल्या त्या माझ्या कक्षेच्या बाहेरच्या होत्या. पण त्यामागची त्यांची तल्लख बुद्धिमत्ता आणि सामाजिक उद्योजकतेच्या संकल्पनांची समज इतकी प्रभावी होती की मी त्यापासून दूर होऊ शकले नाही.' मनिषा अशोका –इनोव्हेटर्स फॉर पब्लिकने प्रभावित झाली आणि मुख्यत: त्यांच्या वरिष्ठ श्रीमती सुष्मिता घोष यांच्यामुळे!

१९९४ ला पदवी घेतल्यानंतर मनिषा अशोकामध्ये सामील झाली. तिने तिथे ९ वर्षे वेगवेगळ्या पदांवर काम केले. या अंतर्गत तिने भारत देशाची प्रतिनिधी म्हणून काम पाहिले तसेच अशोकाच्या तरुण सामाजिक उद्योजकांच्या उपक्रमाची संचालक म्हणूनही काम केले. देशामध्ये सामाजिक उद्योजकांचा एक गट तयार करण्यासाठी तिने नवीन पावले उचलली आणि अशोकासाठी भारतात विपणन, संज्ञापन आणि ब्रँड प्रस्थापित करण्यासाठी उपक्रम सुरू केले. अशोकाच्या भारतातील कार्यालयांसाठी तिने द *चेंजमेकर्स* या त्यांच्या अंतर्गत मासिकांचे संपादन केले जे नंतर www.changemakers.net. या रूपात इंटरनेटवर आले.

सामाजिक परिवर्तनासाठी वचनबद्ध असलेल्या एका स्त्री उद्योजकाकडे असे कितीतरी मार्ग असतात ज्यामुळे भारतीय समाजात एक सकारात्मक फरक पडू शकतो, असे अशोकामध्ये काम करताना मनिषाच्या लक्षात आले. अशोकामधले तिचे काम जवळपास संपत आले होते तोपर्यंत स्टार्टअप स्थापन करण्याची कल्पना तिच्या मनात मूळ धरू लागली होती. पण तिला माहीत होते की स्टार्टअप चांगली चालावी यासाठी तिच्याकडे ना अनुभव आहे ना कौशल्य! उदाहरणार्थ, तिच्याकडे एका तळागाळातील कार्यक्षेत्रात काम करणाऱ्या सामाजिक कल्याणकारी संस्थेत काम करण्याचा अनुभव नव्हता. म्हणूनच अशोकामध्ये १० वर्षे वरिष्ठ कार्यकारी संचालक म्हणून काम केल्यानंतरही मनिषाने तिच्या ध्येयाशी संबंधित अनुभव गोळा करण्यासाठी परत एकदा मागे फिरून शिकाऊ उमेदवार म्हणून काम करण्याचे ठरवले. निरनिराळ्या प्रकारचे अनुभव घेण्यासाठी तिने चार वेगवेगळ्या समाज कल्याण संस्थांमध्ये सहाय्यकाचे काम केले.

समाज कल्याण संस्था कशी काम करते या विषयीच्या सखोल ज्ञानाने सज्ज झाल्यावर मनिषाने २००७ मध्ये स्टार्टअपची सुरुवात केली. दोन वर्षे चाचपणी केल्यानंतर तिने २००९ मध्ये औपचारिकरीत्या संस्था उभी केली. सुरुवातीची काही वर्षे झगडण्यात गेली.

पण ज्यासाठी ही जोखीम पत्करली होती त्या समाज परिवर्तनाशी –व्यापक जीवनध्येयाशी मनिषा वचनबद्ध राहिली. सामाजिक उपक्रमात सुरुवातीच्या काळात तग धरून राहण्यासाठी आवश्यक असलेल्या सेवांना फार मागणी आहे, असे तिला वाटले. ज्यामुळे ते कार्यपद्धतीवर लक्ष केंद्रित करून मजबूत होऊन स्वतःच्या पायावर उभे राहतील. स्टार्टअपसारख्या संस्थांकडून मिळणारे असे पाठबळ हुशार माणसांना आणि गुंतवणूकदारांना त्या संस्थांकडे आकर्षित करेल.

पुढे अशोकामध्ये काम करत असताना मनिषाला शुब्बो सेनगुप्ता भेटला. तिला त्याच्याशी लग्न करावेसे वाटले –ताज्या दमाचा आणि हुशार, डिजिटल माध्यमांविषयीचा सल्लागार असलेला शुब्बो एका स्वतंत्र विचारांच्या बंगाली कुटुंबातून आलेला होता. लग्नाबद्दलच्या तिच्या कल्पना कुटुंबाला सांगितल्यावर कुटुंबात एक मोठा वादविवाद चालू झाला. तिच्या आजी-आजोबांनी तिला बोलावून घेतले. मोठ्या लोकांचा सल्ला न घेता तिने अशा प्रकारचा निर्णय घेण्याचे जे धाडस केले त्याबद्दल त्यांची खूप बोलणी खाल्ली. जर तिने शुब्बोशी लग्न केले तर तिला वाळीत टाकले जाईल आणि तिला स्वतःला त्यांच्यापासून दूर ठेवावे लागेल. कुटुंब तिला कोणताही आधार देणार नाही किंवा ओळखही दाखवणार नाही, असे तिला सांगितले गेले.

स्वतःचे नशीब घडवण्यासाठी, विचारस्वातंत्र्य, आत्मसन्मान राखण्यासाठी आणि स्वतःचा गौरव टिकवण्यासाठी आपल्यालाच आता कणखर भूमिका घ्यावी लागणार आहे, हे मनिषाला कळून चुकले. तिने शुब्बोशी लग्न केले आणि घर सोडले.

ती तिच्या खानदानी घरातून बाहेर पडली आणि सासरी नव्या प्रगत विचारसरणीच्या बुद्धिमान बंगाली लोकांच्या कौटुंबिक वातावरणात आली. तिच्या नवऱ्याच्या कुटुंबाने तिच्या पंखांना उडण्याचे बळ दिले आणि तिला स्वातंत्र्य दिले आणि स्वतःचा मार्ग निवडण्याच्या तिच्या इच्छेचा मान राखला.

स्टार्टअपचे प्रकल्प

स्टार्टअप ही सामाजिक उद्योजकांसाठी एक सद्भावी गुंतवणूकदार मित्र म्हणून तसेच सुरुवातीच्या काळातील सहाय्यक आणि सल्लागार म्हणून काम करण्यासाठी स्थापलेली कंपनी आहे. एक गुंतवणूकदार म्हणून स्टार्टअप त्याच्या भागीदार संस्थांकडून भांडवलाची व्यवस्था करते आणि सामाजिक उपक्रमांची वृद्धी करण्यासाठी स्वतःचा वेळ आणि कौशल्य यांचा वापर करते. सुरुवातीच्या काळातील सहाय्यक म्हणून स्टार्टअप आर्थिक स्थैर्य आणि

सामाजिक प्रभाव यामध्ये संतुलन साधणाऱ्या व्यवहार्य व्यावसायिक उपक्रमांना पूरक अशा सेवा पुरवते. एक सल्लागार या रूपात स्टार्टअप प्रस्थापित सामाजिक उद्योगांच्या सामाजिक कल्याणकारी कार्याला बळ मिळावे म्हणून तसेच त्यांच्या विकासासाठी आणि प्रभाव वाढवण्यासाठी गती देते. विशेषकरून उपेक्षित समाजामध्ये आणि प्रामुख्याने स्त्रियांशी संबंधित सामाजिक विकासाला हातभार लावणारे उद्योग सुरू करण्यासाठी, त्यांना बळ देण्यासाठी आणि त्यांची वृद्धी करण्यासाठी स्टार्टअप मदत करते.

विविध क्षेत्रांमध्ये स्टार्टअपचे काम केले जाते. ग्राहक, नवीन सुरू होत असलेल्या संस्था, गुंतवणूकदार, हितचिंतक आणि समविचारी मंडळी या सर्वांना बरोबर घेऊन स्टार्टअप सहकार्याने विविध प्रकारे काम करते. अशाच काही उपक्रमांच्या फलितांवरून स्टार्टअपच्या कामाची व्याप्ती आणि झपाटा लक्षात येईल:

- स्टार्टअप गरीब, शहरी वस्त्यांमध्ये राहणाऱ्या स्त्रियांना वाहनचालक बनण्यासाठी प्रशिक्षण देते. या स्त्रियांना विमेन्स कॅब आणि शोफर ऑन कॉल अशा ठिकाणी नोकऱ्या दिल्या जातात. या वाहतूक सेवा दिल्लीत नोकरी करणाऱ्या स्त्रियांना एक सुरक्षित आणि विश्वसनीय वाहतूक सेवा पुरवतात.
- स्टार्टअप दक्षिण राजस्थानामधील हंगामी, स्थलांतरित कामगारांची काळजी घेणाऱ्या एका संस्थेला मदत करते. त्यांच्या कामगारांना कर्ज पुरवणे, बचतीला प्रोत्साहन देणे, सामाजिक सुरक्षितता मिळवून देणे आणि छोट्या गुंतवणुकीच्या प्रकल्पांना प्रोत्साहन देणे, अशा या योजना आहेत.
- स्टार्टअपने चार आघाडीच्या सामाजिक उद्योजकांबरोबर अन्वेषाची सहस्थापना केली आहे. ही तळागाळातील स्त्री उद्योजकांची एक व्यावसायिक संघटना आहे. या संस्थेच्या माध्यमातून सदस्यांना धोरणे आखणाऱ्यांशी, व्यावसायिक संबंधितांशी आणि आर्थिक संस्थांशी संपर्क साधता येतो. स्टार्टअप भारताच्या विकासगाथेत स्त्री उद्योजकांना मध्यवर्ती स्थान देते.
- स्टार्टअपने स्वयंशिक्षण प्रयोग यांच्या सहकार्याने ग्रामीण महिला उद्योजकांसाठी सेंटर फॉर एक्सलन्स नावाची योजना सुरू केली. हे केंद्र विशेषत हरित व स्वच्छ प्रकल्पांसाठी प्रशिक्षण, व्यापारामध्ये मदत, विपणनाची साखळी, संशोधन, बीजभांडवल पुरवते.
- स्टार्टअप अखिल भारतीय कारागीर आणि कुशल कामगारांच्या कल्याणकारी संस्थेस (ऑल इंडिया आर्टिझन्स अँड क्राफ्ट वर्कर्स वेलफेअर असोसिएशन) एक प्रशिक्षक, समर्थक आणि पर्यावरणाचा व्यवस्थापक म्हणून मदत करते. त्यांचा

क्राफ्टमार्क सर्टिफिकेशन कार्यक्रम कुशल कारागिरीवर आधारित छोट्या आणि मध्यम आकाराच्या उद्योगव्यवसायांना कायदेशीर मान्यता मिळवून अत्यावश्यक असा आधार देतो.

- स्टार्टअप राष्ट्रीय कौशल्य विकास योजनेच्या सहकार्याने अरुणिमाच्या माध्यमातून दिव्यांग व्यक्तींच्या उत्पादक गटांना मदत करते. संस्थेला विकसाची दृष्टी देणे, उत्पादन संरचना, एक सामुदायिक ब्रँड, निधी आणि बाजारपेठ मिळवून देणे अशा गोष्टींद्वारे स्टार्टअप मदत करते.
- स्टार्टअप अमृत क्लिनिक्सला मदत करते. अमृत क्लिनिक्स हे हंगामी स्थलांतरित कामगारांना परवडणाऱ्या दरात प्राथमिक आरोग्यसेवा देणाऱ्या दवाखान्यांचे जाळे आहे. हे देशातील सर्वांत उपेक्षित, असंघटित कामगारांना सेवा पुरवतात.
- स्टार्टअप बॉम्बे कनेक्टशी जोडलेलं आहे. ज्या व्यक्तींकडे चांगली कामे करण्याची इच्छा आहे आणि तशी उत्कट भावनाही आहे अशा लोकांनी एकत्र येऊन काम करण्याची जागा म्हणजे बॉम्बे कनेक्ट. बॉम्बे कनेक्ट कामाच्या ठिकाणी ऊर्जादायी, संपर्काने सुसज्ज वातावरण तसेच वाढीसाठी नेटवर्किंगच्या संधी देऊ करते.
- स्टार्टअप जे.सी.बी.च्या कॉर्पोरेट सोशल रिस्पॉन्सिबिलीटी विंगला मदत करते. ही एक आघाडीची अवजड अभियांत्रिकी कंपनी आहे. हरियाणातील उच्च माध्यमिक शाळेतल्या विद्यार्थ्यांसाठी एक शिष्यवृत्ती सुरू करायला यांनी मदत केली. यामुळे तरुणांना स्वतःचे आयुष्य बदलण्यास मदत होते आणि ते त्यांच्या समाजासाठी एक आदर्श बनतात.
- स्टार्टअप भारतीय सामाजिक उद्योजकांबरोबर काम करू इच्छिणाऱ्या विद्यार्थ्यांसाठी आणि तरुण व्यावसायिकांसाठी एक अल्पमुदतीचा शिष्यवृत्तीचा कार्यक्रम चालवतात. त्यांनी आघाडीच्या अमेरिकन आणि युरोपातील शैक्षणिक संस्थांतून विद्वान इकडे आणले आहेत.
- स्टार्टअपने उत्तर प्रदेशातील कस्तुरबा गांधी बालिका विद्यालयांचे प्रकिया मूल्यांकन केले. या उपक्रमाला मिळालेला ग्राहकाचा प्रतिसाद काहीसा असा होताः त्यांनी आमचा कार्यक्रम व्यवस्थित समजून घेऊन एक दीर्घकालीन धोरण योजले. ही (स्टार्टअप) टीम खूप पक्की आहे आणि गुणवत्ता देण्यासाठी आणि मूल्यवाढीसाठी थोडेसे जास्त कष्ट घेण्याचीही त्यांची तयारी असते.
- स्टार्टअपने ज्यूबिलिअंट भारतीय फाऊंडेशन आणि श्वाब फाऊंडेशन फॉर सोशल आन्त्रप्रेनरशीप यांच्या वतीने सामाजिक उद्योजकाचा वार्षिक पुरस्कार प्रदान करण्याची अंमलबजावणी करणारे भागीदार म्हणून काम केले.

- स्टार्टअप फोर्ड फाऊंडेशन इंटरनॅशनल फेलोशीप प्रोग्रॅम, प्रदान, इंटरनॅशनल सेंटर फॉर रीसर्च ऑन विमेन, आणि वेरी केअर फाऊंडेशन यांसारख्या आंतरराष्ट्रीय संस्थांसाठी प्रभाव परीक्षण, देखरेख आणि तपासणीचे उपक्रम राबवते.
- स्टार्टअपनेच चाइल्ड लाईन इंडियाच्या सहकार्याने देशातील बाल सुरक्षेचा दर्जा सुधारण्यासाठी सर्वप्रथम काम केले.

या सर्व उपक्रमांमधला सगळ्यात पहिला उपक्रम मनिषाला सर्वांत महत्त्वाचा वाटतो. या उपक्रमातून गरीब घरातील स्त्रियांना वाहनचालक बनण्याचे प्रशिक्षण दिले जाते. म्हणूनच या उपक्रमाचे विमेन ऑन व्हील्स हे नाव अगदी समर्पक आहे. हा उपक्रम शहरी भागातील गरिबातील गरीब स्त्रियांना व्यावसायिक वाहनचालक बनवतो आणि चांगले पैसे देणारी नोकरी मिळवून देतो. या उपक्रमामुळे त्यांची महिला हक्कांबद्दलची जागरूकता वाढते. हा उपक्रम त्यांना स्वतंत्र आणि आत्मविश्वासू व्यक्ती बनवतो. त्या योग्य माहितीच्या आधारे आयुष्यातील पर्याय निवडू शकतात आणि निर्णय घेऊ शकतात.

पुढील भागात स्टार्टअपचे ध्येय आणि मूल्ये योग्य प्रकारे मांडणाऱ्या या प्रकल्पाचे सविस्तर वर्णन केले आहे.

विमेन ऑन व्हील्स

या प्रकल्पामध्ये स्टार्टअप आझाद फाऊंडेशनच्या सहयोगाने काम करते. आझाद फाऊंडेशन ही एक स्वयंसेवी संस्था आहे जी साधनसंपत्तीचा अभाव असलेल्या शहरी समाजातील स्त्रियांना व्यावसायिक वाहनचालकाचे प्रशिक्षण देते. या प्रशिक्षित वाहनचालक स्त्रियांना धोरणात्मक भागीदार सखाच्या माध्यमातून नोकऱ्या दिल्या जातात. सखा ही एक सामाजिक व्यावसायिक संस्था आहे जी शहरातील स्त्रियांना सुरक्षित आणि विश्वासार्ह वाहतूक सेवा पुरवते. ही संस्था व्यावसायिक स्त्री वाहन चालकांना कुटुंबांमध्ये, उद्योगविश्वात आणि ना नफा-ना तोटा क्षेत्रात नोकरी देते. ही संस्था विमेन्स कॅब बिजनेस आणि शोफर ऑन कॉल या सेवाही पुरवते. सखाचे उपक्रम स्त्रियांनी स्त्रियांकरता चालवावेत असे असतात आणि हे उपक्रम आदर आणि प्रतिष्ठेची जीवनशैली देतात. त्यामध्ये भविष्यनिर्वाह निधी, जादा कामाचा मेहनताना आणि पगारी रजेसारख्या अवांतर प्राप्तीही अंतर्भूत असतात. स्टार्टअप, आझाद फाऊंडेशन आणि सखा एकत्र मिळून विमेन ऑन व्हील्स हे नाव अक्षरशः खरे करतात.

या प्रकल्पामध्ये मनिषा आझादची संचालक मीनू वडेराबरोबर काम करत होती. तिच्या आणि मनिषा यांच्या कल्पना आणि मूल्ये सारखीच होती. विमेन ऑन व्हील्स प्रकल्पाला भव्य स्वरूपात उतवरण्यात स्टार्टअपचा सहभाग होता. मनिषा आणि तिच्या टीमने शहरी वाहतूक व्यवसायाचा सखोल अभ्यास केला. त्यांनी शहरी वाहतूक व्यवसायाशी संबंधित व्यवसायातील आघाडीच्या आणि महत्त्वाच्या लोकांबरोबर संवाद साधला. त्यांनी मागणीची एक तपशीलवार चाचणी घेतली. बाजारपेठेतील मुख्य संभाव्य ग्राहकांच्या उदा. आय.टी.,बी.पी.ओ., वृतपत्र व इतर माध्यमे आणि आरोग्य क्षेत्रातील ग्राहकांच्या विभागाचे सर्वेक्षण केले. एखाद्या कामातील तज्ज्ञ आणि टीममधले महत्त्वाचे उमेदवार ओळखून त्यांची निवड करण्यात ते सहभागी झाले. या मदतीव्यतिरिक्त स्टार्टअप सखा आणि आझादसाठी धोरणात्मक आणि कार्यकारी योजना आखण्याचे काम करते. त्याचबरोबर त्यांच्या आर्थिक प्रारूपे आणि संस्थात्मक रचनेसाठीसुद्धा काम करते. मनिषा आणि मीनू वडेरा यांनी एकत्रितपणे निधीसाठीचे प्रस्ताव तयार केले आणि ते गुंतवणूकदारांसमोर मिळून योग्य प्रकारे सादर केले.

विमेन ऑन व्हील्स हा उपक्रम २००८ मध्ये दिल्ली येथे सुरू झाला. तेव्हापासून तो वाढतच आहे आणि आता गुरगाव, जयपूर आणि कोलकत्त्यामध्येही सुरू आहे.

विमेन ऑन व्हील्स या उपक्रमाचा प्रभाव जाणून घेणं गरजेचं आहे. *नुसती आकडेवारीच नव्हे, तर या प्रशिक्षित महिलांच्या, त्यांच्या कुटुंबीयांच्या आणि समाजाच्या मनावर या उपक्रमाचा जो खोलवर परिणाम झाला आहे तोसुद्धा जाणून घेणं महत्त्वाचे आहे.*

विमेन ऑन व्हील्सचे प्रशिक्षण पूर्ण झाल्यावर प्रशिक्षणार्थी महिलांमध्ये जो बदल होतो आणि त्यांचे जे सक्षमीकरण होते ते अपरिवर्तनीय असते. हा कार्यक्रम स्त्रियांना त्यांच्या आतील शक्तीची ओळख करून देतो आणि एकदा त्या स्त्रिया त्या शक्तीशी जोडल्या गेल्या की त्या तिथून मागे फिरत नाहीत. पुढे जाऊन यातून मिळणारे फायदे त्यांच्या मुलांपर्यंत, विशेषतः मुलींपर्यंत पोहोचतात त्यामुळे दोन पिढ्यांवर त्याचा प्रभाव पडतो आणि त्याचे दूरगामी परिणाम होतात.

ज्यांनी हा कार्यक्रम पूर्ण केला आहे त्या बहुतांश स्त्रिया त्यांच्या कुटुंबातील कमावणारी मुख्य व्यक्ती बनल्या आहेत. त्या नुसत्या आर्थिकदृष्ट्या स्वतंत्र नाहीत तर त्या स्वतःचे निर्णयसुद्धा स्वतः घेण्यास समर्थ आहेत. अनेक प्रशिक्षणार्थी त्यांचा पुढील अभ्यास चालू ठेवण्याचा निर्णय घेतात आणि त्या स्वतःच्या मुलांच्या शिक्षणालासुद्धा त्या मदत करू शकतात तसेच इतर कुटुंबीयांनासुद्धा आधार देतात. इतर काही जणी स्वतःच्या आईवडिलांच्या किंवा इतर कुटुंबीयांच्या आरोग्याचीसुद्धा जबाबदारी घेतात. त्यांना उपचारांसाठी घेऊन जातात, डॉक्टरांच्या संपर्कात राहतात आणि त्यांची काळजी घेतात. काही प्रशिक्षणार्थींना त्यांच्या

स्वतःच्या नावावर मालमत्ता घेऊन पैसे गुंतवून स्वतःच्या भविष्याची सोय करण्याइतपत समर्थ बनवण्यात आले आहे.

या उपक्रमात सहभागी होणाऱ्या आणि ज्या आधीपासूनच व्यावसायिक वाहनचालक म्हणून काम करत आहेत अशा स्त्रिया इतर स्त्रियांना अपारंपरिक व्यवसाय निवडून स्वायत्त आणि आर्थिकदृष्ट्या स्वतंत्र बनण्यास प्रेरणा देतात.

विमेन ऑन व्हिल्सच्या मानवी बाजू अधोरेखित करून या उपक्रमाच्या प्रभावाचे चित्रदर्शी वर्णन करण्यासाठी ज्या अनेक मुलींना या उपक्रमाचा फायदा झाला त्यातील तिघींच्या कथेतील काही वेचे आम्ही इथे देत आहोत. त्या तीन मुली आहेत शांती, राजकुमारी आणि चांदनी.

शांती

आज शांती सखामध्ये काम करणारी एक व्यावसायिक वाहनचालक आहे. तिच्या शांत स्वभावामुळे आणि आत्मविश्वासामुळे तिने तिच्या ग्राहकांचा विश्वास मिळवला आहे. तिच्या ज्या तीन मुलींना ती एकटीने वाढवत आहे त्यांच्यासाठी ती आदर्श आहे. काही वर्षांपूर्वीच शांतीच्या नवऱ्याने तिला आणि तिच्या मुलींना टाकले होते. हे घडले तेव्हा शांतीला सुटल्यासारखेच वाटले होते. कारण अत्याचारी नवरा असण्यापेक्षा तो नसलेलाच बरा. शांती आणि तिच्या मुलींनी त्याच्या अचानक येणारे रागाचे झटके खूप सहन केले. हे बरीच वर्षे जवळ जवळ रोज चालले होते.

शांतीला नवऱ्याने सोडले तेव्हा ती फक्त दहावी शिकलेली होती. तिने तेव्हा जिवाच्या कराराने काम शोधले. तिला फक्त काम हवे होते जे तिला आणि तिच्या कुटुंबाला तग धरण्यासाठी मदत करेल. परंतु तिला जी कामं मिळाली ती विचित्र होती. त्या कामांची काही खात्री नव्हती, तिथे रजा नव्हती आणि नोकरी अगदी कमी पगाराची होती आणि तिथे खूप वेळ काम करावे लागे. त्यामुळे शांतीला ती करणे अवघड झाले.

शांतीने आझादमध्ये वाहन चालवणे शिकण्यासाठी प्रवेश घेतला पण तिथेच तिला बरंच काही शिकता आले. विशेषतः लिंगभावाच्या वर्गामधून तिला स्वतःच्याच अनुभवावर विचार करण्याची संधी मिळाली आणि तिच्या लक्षात आले की आयुष्यात निराळे पर्याय उपलब्ध आहेत. समुपदेशनाच्या सत्रांमध्ये स्वतःच्या समस्या कशा हाताळायच्या हे तिला कळले.

पुढे जाऊन स्वतःचे कष्ट आणि आझादचा आधार यामुळे तिने व्यावसायिक कार्यक्षमता आत्मसात केली आणि नंतर वाहनचालकाची नोकरी स्वीकारली. सखामध्ये व्यावसायिक

वाहनचालकाची नोकरी स्वीकारण्याआधी तिला डोळ्याने अधू असणाऱ्या एका बाईने कामावर ठेवले होते आणि तिथे तिने एक वर्षापेक्षा जास्त दिवस काम केले.

राजकुमारी

उत्तर दिल्लीतील जहांगिरपूरी येथे राहणारी राजकुमारी ही २२ वर्षांची स्त्री आहे. राजकुमारीला पोलिस अधिकारी व्हायचं होतं. पण घरातील आर्थिक अडचणींमुळे तिला ८ व्या इयत्तेनंतर शिक्षण सोडावे लागले. ती १४ वर्षांची होती तेव्हा तिच्या मोठ्या बहिणीचे लग्न झाले आणि तिच्या बहिणीला एका अत्याचारी लग्नाला सामोरे जावे लागले. याचाही राजकुमारीवर परिणाम झाला. तिची बहीण लग्न मोडून आली होती आणि घरातील बिकट आर्थिक परिस्थितीमुळे राजकुमारीने आपल्या बहिणीबरोबर घरकाम करायला सुरुवात केली.

स्त्रियांपर्यंत पोहोचून त्यांना एकत्र करण्याच्या कार्यक्रमादरम्यान जहांगिरपूरीत राजकुमारीच्या बहिणीला आझादचे परिपत्रक सापडले आणि तिने ते राजकुमारीला दिले. दोघी बहिणींनी कार्यक्रमासाठी आपली नावे दिली. राजकुमारी सुरुवातीला लाजत होती आणि संकोचत होती. पण हळूहळू मोकळेपणा येऊ लागला आणि ती स्वत:विषयी, स्वतःच्या स्वप्नांविषयी आणि भीतीविषयीही बोलायला लागली. आपण आता कोणत्याही प्रकारची हिंसा सहन करणार नाही, असे ती म्हणते. राजकुमारीने यावर्षी मेमध्ये सखाची परीक्षा दिली व उत्तीर्णही झाली आणि आता एका विशेष गरज असलेल्या स्त्रीसाठी काम करण्यास सिद्ध होत आहे.

चांदनी

चार वर्षांची असताना चांदनी आईवडिलांबरोबर खेडेगावातून नवी दिल्ली येथे आली. ती १० वी पर्यंत शिकली. ती आता नवजीवन कँप, गोविंदपुरी इथे राहाते. स्त्रियांसाठी असलेल्या सामाजिक केंद्रात ती वीणकाम, शिवणकाम शिकली. तिथे तिने आझादबद्दल ऐकले आणि पथनाट्यही बघितले. काहीतरी नवीन व वेगळे करणे शक्य आहे हे तेव्हा तिच्या लक्षात आले. लवकरच तिने आझाद फाऊंडेशनमध्ये नाव नोंदवले.

अभ्यासक्रम कठीण पण उत्साहवर्धक होता. सराय काले खां इथल्या मारुती इन्स्टिट्यूट ऑफ ड्रायव्हिंग ट्रेनिंग ॲन्ड रिसर्चमध्ये जाणे ही मानाची गोष्ट होती. तिथे मुलींना वेगवेगळ्या

गाड्यांचा व्यवस्थित अनुभव मिळे, त्यांना आभासी उपकरणे वापरता येत आणि रस्त्यांवर प्रत्यक्ष प्रशिक्षणही दिले जाई. त्यांना दिल्ली पोलिसांकडून स्वसंरक्षणाचे धडे दिले जात होते. आणि संभाषणाच्या वर्गामध्ये त्या स्वत:ची व्यक्तिगत कौशल्ये वाढवू शकत होत्या. त्यांना इतर सामाजिक प्रश्नांबाबत उदा. स्त्रियांचे हक्क आणि सक्षमीकरण तसेच लैंगिक आणि प्रजननाचे आरोग्य याबाबतही माहिती दिली जात असे.

चांदनी म्हणते: मला आता स्वत:बद्दल विश्वास वाटतो आणि माझ्यात धाडस आले आहे. आझादशी जोडले जाण्याआधी मी किती भित्री होते, हे मला आठवतंय. आधी मी बसमध्ये बसायलासुद्धा घाबरत होते पण आता माझा दिवस ६.३० ला सुरू होतो आणि मी घरी रात्री १०.३० वाजता परत येते. मला वाहन चालवायला आणि आता स्वतंत्र असायलाही खूप आवडते! स्वत: कमावणे ही आता माझी आवड बनली आहे. मी गेल्या वर्षभरापासून काम करते आहे आणि दर महिन्याला ४५००/– रु. मिळवते आहे. मी जर माझ्या ठरलेल्या वेळापेक्षा जास्त वेळ काम केले तर मला जादा कामाचा मेहेनताना मिळतो आणि कधीकधी यायला उशीर होतो तेव्हा माझे वरिष्ठ मला कॅबने घरी जाण्यासाठी पैसे देतात. मी एवढे मिळवते याने मलाच उत्साह वाटतो. मी एक रिकरिंग डिपॉझिट चालू केले आहे. आणि १२ वीच्या परीक्षेला बसणार आहे. आज मला कितीही तणावपूर्ण परिस्थिती असेल तरी त्यातून मी तरून जाईन असा आत्मविश्वास आहे!

'उत्तम वाहनचालक असण्याचा सर्वांत उत्तम भाग हा आहे की तुम्ही पुरुषाच्या बरोबरीने काम करत आहात अशा पद्धतीने तुमच्याकडे पाहिले जाते. वाहन चालवणे हे पुरुषाचे काम आहे आणि स्त्रिया ते करू शकतील असा लोकांना विश्वास वाटत नाही. एका मुलीसाठी ही एक धाडसाची गोष्ट आहे. आम्ही पुरुषांप्रमाणेच रस्त्याच्या मध्ये थांबून टायर बदलतो आणि आमच्याकडे कोण बघत आहे, याची आम्ही पर्वा करत नाही.'

– सरोज, सखामधील एक वाहनचालक

मनिषा: व्यक्तिगत तपशील

व्यक्तिमत्त्व

मनिषाच्या वयाचा अंदाज येत नाही. त्याबाबतीत ती भाग्यवान आहे. तिचा उत्साही स्वभाव, चपळ हालचाली आणि लहानशी चण यामुळे ती कायम तरुण दिसते. तिचे छोटेसे बॉबकट

केलेले केस तिच्या लहान मुलासारख्या भावपूर्ण चेहऱ्याला शोभतात आणि त्या चेहऱ्यावर उत्सुक भाव असतात जे लगेच हलक्या स्मितात आणि नंतर हास्यात रूपांतरित होतात.

अनुभव

मनिषाला भारतातील सामाजिक उद्योजकतेच्या क्षेत्रातील २० वर्षांचा अनुभव आहे. तिने विविध सामाजिक उद्योजकांसाठी आणि त्यांच्या संस्थांसाठी सल्लागार म्हणून काम पाहिले आहे. आंतरराष्ट्रीय भांडवलदारांबरोबर चर्चा केली आहे. तिच्या विशेष प्रावीण्याची क्षेत्रे पुढीलप्रमाणे आहेत:

- आरोग्य, शिक्षण तसेच उपजीविकेच्या कार्यक्षेत्रातील मोठा परिणाम साधणाऱ्या सामाजिक उद्योगांच्या सुरुवातीच्या काळात त्यांचे जतन करणे व वाढवणे;
- धोरणे, आर्थिक आराखडा आणि व्यावसायिक विकास;
- अंमलबजावणीच्या प्रक्रिया आणि प्रणालींचे प्रत्यक्ष कार्यक्षेत्रात प्रशिक्षण देणे;
- ज्ञाननिर्मिती, प्रभाव मूल्यांकन, प्रारूपे आणि चालीरीतींचे दस्तऐवजीकरण करणे.

प्रकाशने

२००५ पासून मनिषा भारतीय आणि आंतरराष्ट्रीय सामाजिक परिवर्तन संस्थांसाठी देशभरात केल्या जाणाऱ्या विविध संशोधनांमध्ये आणि प्रभाव मूल्यांकन प्रकल्पांमध्ये कार्यरत आहे. आणि त्यांच्या प्रारूपांच्या आराखड्यांचे तिने दस्तऐवजीकरण केले आहे.

- *हेल्पलाईन १०९८:* १० इयर्स ऑफ चाइल्डलाईन इन इंडिया, द चाईल्डलाईन इंडिया फाऊंडेशन, २००६–२००७ (या पुस्तकात चाइल्डलाईन प्रारूप आणि त्यांची धोरणे एकत्रित केली आहेत. तसेच सरकारबरोबर काम करण्याच्या आणि सरकारसमोर स्वतःची बाजू मांडण्याच्या चांगल्या पद्धती यात एकत्र केल्या आहेत.)
- द *कास्ट डिव्हाइड:* दलितांच्या सक्षमीकरणाचे राजकारण, भारतात २००८ साली नवी दिल्लीतील दलितांच्या सुधारणेचे लक्ष्य साध्य करणाऱ्या संस्थांना १० वर्षे अनुदान मिळवून देणे –फोर्ड फाऊंडेशनचे मूल्यांकन, दलित हक्क-गटांसाठी

अनुदान तयार करण्याचे भारताचे धोरण आणि दलित हक्क विभागाचे व्यापक मूल्यांकन.

- *ओपनिंग डोअर्स:* सामाजिक न्याय आणि समतेसाठी नेतृत्व तयार करणे. फोर्ड फाऊंडेशनच्या आंतरराष्ट्रीय छात्रवृत्ती कार्यक्रमांची भारतातील १० वर्षे, २०१२. (हा अभ्यास भारतातील अत्यंत गरीब समाजासाठी काम करणाऱ्या प्रशिक्षित व्यावसायिकांचा एकूण प्रवास आणि प्रभाव यांचा मागोवा घेतो. भारतातील तरुणांना गरिबीचे आकलन होण्यासाठी कार्यरत करून हा कार्यक्रमतत्त्वांची, धोरणांची व आव्हानांची नोंद घेतो).
- *वुमन आन्त्रप्रेनर्स इन इंडिया अ‍ॅन्ड इन्फर्मेशन कम्युनिकेशन टेक्नॉलॉजी (आयसीटी):* आर्थिक भविष्याचा महत्त्वाचा आधार, स्त्रियांवरील संशोधनासाठी आंतरराष्ट्रीय केंद्र २०११–२०१२. माहितीसंपर्क तंत्रज्ञान छोट्या व मध्यम गटातील स्त्री उद्योजकांना (एस.एम.ई.) कसे पाठबळ देऊ शकते या विषयीचे संशोधन.

स्टार्टअप सुरू करताना आलेली आव्हाने

स्टार्टअप उभारत असताना मनिषाने काही प्रमुख आव्हानांना कसे तोंड दिले याचे वर्णन तिच्या स्वत:च्या शब्दांत:

बँकेच्या खात्यात शून्य रक्कम शिल्लक असण्याचा अनुभव: जेव्हा मी स्टार्टअपमध्ये पूर्ण वेळ काम करण्याचे ठरवले तेव्हा माझ्याकडे अगदी कमी बचत होती. याआधी मी ना नफा विभागात जवळपास १५ वर्षे काम करत होते आणि नेहमीच घरी पगार आणत होते. जो ठीकठाक होता पण माझ्या गरजांना पुरेसा होता. पूर्ण वेळ स्टार्टअपसोबत जाण्याच्या माझ्या निर्णयानंतर पहिल्यांदा धक्का बसला तो माझ्या वैयक्तिक अर्थकारणाला आणि आत्मसन्मानाला, जो माझ्या आर्थिक स्वातंत्र्याशी जोडला गेला होता. नियमित उत्पन्नाची हानी सोसण्यापेक्षा जास्त मी आता माझ्या नवऱ्यावर आर्थिकदृष्ट्या अवलंबून आहे या गोष्टीशी मला लढायचे होते. हे खूपच कठीण होते कारण मी वयाच्या १८ व्या वर्षापासून काम करत होते आणि मिळवत होते. माझा नवरा अर्थातच उदार होता पण मी माझे सर्व वैयक्तिक खर्च, उदा दूरध्वनी, इंटरनेट, पुस्तके विकत घेणे (सर्वांत महत्त्वाचे) मीच करणार याबाबतीत ठाम होते. म्हणून मी माझ्या बचतीतून एक छोटा निधी काढला आणि मला काही कळण्याच्या आतच माझ्या बँकेच्या खात्यात काही शिल्लक नव्हते.

एका वर्षापेक्षा जास्त काळ बँकेतली माझी व्यक्तिगत शिल्लक २५०० ते ५००० रुपयांच्या मध्ये मागेपुढे होत राहिली. शून्य उत्पन्नाच्या त्या काळात मी हिंमत बाळगली आणि स्वत:ला समजावत राहिले. माझ्या परिवर्तनाच्या मोठ्या ध्येयाविषयी आणि भौतिक गोष्टींतून न मिळणाऱ्या मोठ्या दीर्घकालीन फायद्याविषयी–जो देशाच्या सामाजिक उद्योजकतेच्या विभागाचा एक भाग बनल्यामुळे मला मिळणार होता. प्रत्येक दिवशी आशा तेवत राहावी म्हणून मी झगडत राहिले. माझी सांपत्तिक स्थिती एका वर्षानंतर जरा बरी झाली आणि मी स्वत:ला १५,००० रुपयांचे वेतन घ्यायला सुरुवात केली. त्या १५,००० रुपयांचे मोल अतुलनीय होते. या काळाने मला पैशाचा आणि साधनसंपत्तीचा मान राखायला शिकवले आणि तो एक मोठा धडा होता.

आता जेव्हा मी मागे वळून बघते तेव्हा माझ्या लक्षात येते की एखादी व्यक्ती उद्योजकतेच्या धोक्यांपासून तोपर्यंत वाचू शकणार नाही जोपर्यंत (अ) ती एका दीर्घकालीन जीवनध्येयास वाहून घेत नाही. (ब) निव्वळ पैसे मिळवण्यापेक्षा मोठ्या ध्येयाशी स्वत:ला जोडून घेत नाही.

भागीदारी तुटण्याशी सामना करणे: स्टार्टअपच्या सुरुवातीच्या काळात कार्यपद्धतीची चाचणी घेतल्यानंतर दोन वर्षांनी मी कार्यकारिणीच्या मंडळात सहसंस्थापक म्हणून दोन भागीदार घेतले. एक मुंबईचा होता आणि दुसरा बेंगळूरूचा. दोघेही उद्योगक्षेत्रातले होते आणि एका आंतरराष्ट्रीय सल्लागार संस्थेच्या विकासातही सहभागी होते. त्यांनी स्टार्टअपमध्ये खूपशी तांत्रिक आणि व्यावसायिक कौशल्ये आणली.

पाया घालण्याचा एक समाधानकारक काळ गेल्यानंतर आणि मूलभूत गोष्टी स्थिरस्थावर झाल्यानंतर तसेच सहसंस्थापकांचे गणित जुळल्यावर दोन वर्षांत भागीदारी तुटली. दोन्ही भागीदार स्टार्टअपमधून बाहेर पडले! मला त्यावेळेला त्सुनामी यावी तसे वाटले. हे सर्व कोणत्याही पूर्वसूचनेशिवाय पाशवी पद्धतीने व अचानक घडले. भागीदारांनी सुचवले की स्टार्टअप बंद करूया! पण या गोष्टीचा मी विचारच करू शकत नव्हते. सुरू केलेला उपक्रम बंद करण्यासाठी मी उद्योजकतेच्या मार्गावर वाटचाल सुरू केली नव्हती. स्टार्टअप सुरू करून दोन वर्षे झाली होती आणि त्या संस्थेला स्वत:ची विचार आणि तालही होता. आम्ही ती बंद करू शकलो नाही. म्हणून मग मी पुढे जायचे ठरवले आणि स्टार्टअप पुन्हा उभारण्याची जबाबदारी घेतली. सर्व गोष्टी सुरळीत होण्यासाठी जवळपास एक वर्ष लागले. या अनुभवाने मला काही निर्णायक धडे दिले ते म्हणजे:

- तुम्ही कार्यकारिणी मंडळावर तुमचे चांगले मित्र, जवळचे नातेवाईक यांची व्यावसायिक भागीदार म्हणून नेमणूक करू शकता. पण एक वकीलही खात्रीने नेमा

आणि सर्व करारांमध्ये सर्व भागीदारांच्या बाहेर पडण्याविषयक कलमांचा समावेश असणारे स्पष्ट करार करा.

- सर्व भागीदारांना त्यांच्या भूमिका, जबाबदाऱ्या आणि सुशासन यांची योग्य जाणीव करून द्या. भागीदारांचे महसूल लक्ष्य स्पष्ट असावे आणि ते व्यवसायास जेवढा हातभार लावतील त्यावर त्यांना मिळणारे आर्थिक लाभ अवलंबून असतील याची खातरजमा करून घ्या.
- स्वतःला विचारा: मला या सहप्रवासात झपाटलेले उद्योजक माझ्याबरोबर असायला हवे आहेत म्हणून मी कार्यकारी मंडळावर भागीदार घेतोय का? किंवा मी कुशल व्यावसायिकांना सहसंस्थापकाचे पद देऊन कार्यकारी मंडळावर घेत आहे कारण माझ्याकडे आता त्यांना देण्यासाठी पुरेसे पैसे नाहीत? दुसरा पर्याय विनाशाकडे घेऊन जाणारा आहे.
- पुरेसा वेळ घ्या: तुमच्या ध्येयाशी जोडले जाणारे भागीदार निवडण्यासाठी संभाव्य भागीदारांबरोबर अनेकदा चर्चा करा. प्रारंभिक पातळीवर सर्व भागीदार एकाच शहरातून आणि एकाच ऑफिसमधून काम करत आहेत याची खात्री करून घ्या. समोरासमोर असणे फार महत्त्वाचे असते. समान ध्येय साध्य करण्यासाठी सान्निध्य महत्त्वाचे आहे.

काम आणि आयुष्य यांच्यातील समतोल हे एक मिथक आहे हा धडा: माझी मुलगी अनया २००४ मध्ये जन्मली. मी स्टार्टअप सुरू केली तेव्हा ती ५ वर्षांची होती! आयुष्यात मला कधीच काम आणि वैयक्तिक आयुष्य यांच्यात समतोल साधता येणार नाही, हे माझ्या लगेचच लक्षात आले. जेव्हा ही गोष्ट पहिल्यांदा मला लक्षात आली तेव्हा मला आनंद झाला आणि सुटल्यासारखेपण वाटले. जेव्हा मी काम आणि वैयक्तिक आयुष्य यांच्यात समतोल साधण्याची अपेक्षा सोडून दिली तेव्हा माझा ताण थोडा कमी झाला, काळजी थोडी कमी झाली आणि रागही कमी झाला. मी मुलीच्या संगोपनाचा आनंद उपभोगू लागले आणि एकसंध पद्धतीने स्टार्टअप उभारण्यास सुरुवात केली. मला माझ्या दोन्ही भूमिकांमध्ये आयुष्याचे गमक सापडले –आईच्या आणि उद्योजिकेच्याही. आणि म्हणूनच काम आणि वैयक्तिक आयुष्य यांच्यातील समतोलाचा कधी प्रश्नच उभा राहिला नाही. कारण आई असणे आणि उद्योजक असणे या दोन्ही गोष्टी माझ्या आयुष्याचा गाभा आहेत आणि आयुष्य स्वतः तर कधीच संतुलित नसते.

इतर अनेक महिला उद्योजकांना व्यवसायाबरोबर त्यांना कुटुंबाकडेही पहावे लागते आणि धंदाही उभा करावा लागतो. त्याचप्रमाणे मनिषालाही अनेकदा एकाच वेळी दोन महत्त्वाच्या

कामांमध्ये स्वतःची वाटणी झाल्यासारखे वाटते. ती म्हणतेः 'मुलगी, नवरा, आई, सासू-सासरे यांची देखभाल करणे हे माझे कर्तव्यच आहे असे मला वाटते. सुदैवाने माझे कुटुंब मला खूपच आधार देते आणि त्याबाबतीत मला कोणताही ताण सहन करावा लागत नाही. माझा नवरा खूपच समाधानी आहे आणि माझ्या कोणत्याही कामात ढवळाढवळ करत नाही. माझ्या आर्थिक गरजा पुरवण्यासाठी त्याने स्वतःहून आनंदाने एका बँकरची भूमिका स्वीकारली आहे. आणि गरज पडल्यास तो मला भावनिक आधारही देतो.' खरंतर शुब्बोने स्टार्टअपच्या गोष्टींमध्ये लक्ष घालावे, असे मनिषाला वाटत नव्हते. कुटुंब आणि काम यांच्यामध्ये एक स्पष्ट आणि शिस्तबद्ध असा वेगळेपणा टिकवला पाहिजे हे तिचे धोरण होते. जेव्हा ती घरी असते तिला कौटुंबिक आयुष्याची लज्जत घ्यायची असते आणि कोणतेही काम वा चिंता तिला घरी आणायच्या नसतात.

माझी मुलगी नॉयडा येथील एका आधुनिक सुधारणावादी शाळेमध्ये जाते. ती अभ्यासात चांगली आहे आणि शाळेच्या इतर उपक्रमातही भाग घेते. ती एक जबरदस्त इच्छाशक्ती असणारी स्वतंत्र वृत्तीची मुलगी आहे. माझं तिच्यावर लक्ष असावं असं तिला वाटत नाही. मनिषाच्या कामामुळे ती वारंवार दूरवरच्या ठिकाणी प्रवास करत असते. (जे तिला आवडते) पण सामानाची बांधाबांध करताना अनयापासून दूर जावे लागणार याचे तिला वाईट वाटते आणि एक प्रकारचा अपराधीभावही!

मनिषाची सासू एक मुक्त विचारांची बुद्धिमान बंगाली स्त्री आहे. ती खगोलविज्ञानतज्ज्ञ (अॅस्ट्रोफिजिसिस्ट) असून कोलकत्याला राहते. ती कधीकधी मनिषाकडे दिल्लीला येते. तिचे सासरे आता हयात नाहीत. मनिषा तिची कौटुंबिक कर्तव्ये फार ताण न घेता आणि तिच्या कामाकडे दुर्लक्ष न करता पार पाडते.

अजूनपर्यंत तरी दुसरे मूल नको, असे मनिषाने ठरवले आहे. ती म्हणते, 'मी एक चांगली आई आहे आणि पूर्णवेळ उद्योजिकाही आहे. आणि याचा अर्थ असा की मला दोन माणसांचे काम एकटीने करायचे आहे आणि स्वतःसाठीही थोडा वेळ काढायचा आहे. अनेक गोष्टींशी झुंजताना जसे मला व्यवसायातील स्थैर्य टिकवायचे आहे तसेच माझ्यातील माणसाचे स्वास्थ्यही टिकवण्यावर लक्ष केंद्रित करायचे आहे, हे मी शिकले आहे आणि माझ्या ऊर्जेचे स्त्रोत, आनंदी आणि जिजिगिषु वृत्ती कायम जिवंत ठेवायची आहे.'

एक स्त्री म्हणून ज्या आव्हानांना तोंड द्यावे लागते त्याबाबतीत मनिषा म्हणते स्त्रियांना भांडवल उभे करणे, प्रतिभावंतांना नोकरीवर घेणे, स्टार्टअपसाठी बाजारपेठांमध्ये मागणीप्रमाणे पुरवठा करण्याची साखळी तयार करणे जड जाते. या समस्या उभ्या राहतात याचे प्रमुख कारण स्त्री उद्योजिका कौटुंबिक कारणासाठी तिचा उद्योग अर्धवट सोडेल, हा लोकांचा समज. ह्यामुळे गंभीर समस्या निर्माण होते. असे असले तरी अशोकामधल्या नऊ वर्षांत मनिषाला या

समस्यांचे स्वरूप कळले होते आणि या समस्यांना बगल देण्यासाठी ती तिचे ज्ञान व अनुभव यांचा वापर करते. उदा. ती स्वतः बाजारात भांडवल उभे करण्यासाठी जात नाही, माणसं शोधायला जात नाही किंवा व्यावसायिक संबंध निर्माण करायला जात नाही. ती व्यवसायातच उत्पन्न झालेला निधी किंवा ओळखीच्या लोकांकडून जमवलेला पैसा व्यवसायासाठी वापरते. ती स्वतःच अनौपचारिक मार्गांनी स्वतःचे कर्मचारी शोधते आणि त्यांची भरती करते.

भावी काळ

मनिषा स्टार्टअपकडे भावी काळातील एक आधार देणारी संस्था म्हणून पाहते. खासकरून प्रतिकूल परिस्थितीतून आलेल्या तरुण, सामाजिक उद्योजकांना त्यांचे संपर्क जाळे विस्तारण्यासाठी आधार पुरवणारी संस्था म्हणून. यामध्ये इनक्यूबेटर्स तयार करण्याचा अंतर्भाव आहे ज्यामुळे आपोआपच पात्र आणि संवेदनशील व्यवसाय प्रशिक्षकांची आणि मार्गदर्शकांची एक नवी पिढी तयार होईल. स्वतःच्या ध्येयावरील विश्वास, अथक परिश्रम आणि लवचिकता तसेच पाठबळ देणारे मार्गदर्शक, सल्लागार आणि इतर उद्योजक अवतीभवती असणे हीच यशाची गुरुकिल्ली आहे या विश्वासाने मनिषा काम करत राहणार आहे.

मनिषाला सांगते, 'माझ्या या शोधाच्या आणि विकासाच्या प्रवासामध्ये मी स्त्रियांच्या हक्कांसंबंधींच्या समस्यांवर काम करणाऱ्या संस्थांसमवेत काम करण्यास सुरुवात केली. आता स्टार्टअपमध्ये काम करताना समानतावादी समाजासाठी काम करण्याचा माझा शोध पूर्ण झाला आहे असे वाटते. सगळं जुळून येत आहे असे वाटत आहे. कारण जेव्हा मी मागे वळून पाहते तेव्हा आम्ही एकतर स्त्रियांच्या हक्कांकडे लक्ष देणाऱ्या सामाजिक स्त्री उद्योजकांसाठी मोठ्या प्रमाणावर काम केले आहे किंवा अशा सामाजिक उद्योजकांबरोबर ज्यांनी उपेक्षित समाजातल्या स्त्रियांचा भारताच्या गाथेत समावेश व्हावा यावर लक्ष केंद्रित केले आहे, हे माझ्यासाठी गौरवास्पद आहे.

खूप वर्षांपूर्वी जेव्हा मी स्टार्टअपने माझ्या कामाची सुरुवात केली तेव्हा अनेक हितचिंतकांनी मला सांगितले, 'सहज फळ मिळेल अशीच लागवड कर.' पण बीज तर नुकतेच रुजवले होते आणि वृक्ष तर दिसतही नव्हता आणि मी त्या फळाचा आकार, रंग आणि चवीची फारशी कल्पनाही करू शकत नव्हते. गेल्या वर्षांत चांगल्या ऋतुमध्ये आम्हाला मोठ्या प्रमाणावर फळांचे पीक घेता आले. सर्वच फळे हाताशी येणारी होती. आम्हाला खूप परिश्रम घ्यावे लागले आणि योग्य ऋतू येण्याची फार वाट पहावी लागली. आणि मग सुगीच्या मोसमाने एक शहाणपण दिले की, मुळात त्या फळांवर आमचा अधिकार नव्हताच!'

समारोप

या पुस्तकातील दहा वैशिष्ट्यपूर्ण स्त्री उद्योजिका विविध कार्यांमध्ये गुंतलेल्या आहेत. त्यांचे वयोगट, शिक्षण, कौटुंबिक पार्श्वभूमी आणि सामाजिक स्थान वेगवेगळे आहे. तरीही त्यांच्या प्रेरणादायी कथांमध्ये एक प्रकारचे साम्य आहे. स्वतःचे उद्योग सुरू करण्यासाठी त्यांनी ज्या प्रकारे पूर्वग्रहांवर तसेच सामाजिक आणि सांस्कृतिक आव्हानांवर मात केली त्यात साम्य आहे.

विशेष म्हणजे यातील एकाही स्त्री उद्योजकाने त्यांचं स्त्रीत्व स्वतःचा उपक्रम सुरू करण्याच्या आड येत होतं असं म्हटलेलं नाही. वस्तुतः अनेकांनी स्त्री असण्याचे फायदेच सांगितले आणि काहींनी तर ज्या पुरुषांना स्त्रियांनी एखादा उद्योग सुरू करणे पटत नाही अशा पुरुषांच्या कालबाह्य मतांवर विनोदही केले.

यातील बहुतेक स्त्री उद्योजकांना आपण समाजाचे देणे लागतो, याची जाणीव आहे. वास्तविक त्यांनी अनेकदा समाजासाठी हितकारक ठरतील अशी वैशिष्ट्ये असलेल्या प्रकल्पांची निवड केली. त्या प्रकल्पांच्या अंमलबजावणीने समाजाच्या कल्याणासाठी योगदान दिले. विशेषकरून, समाजातील वंचित घटकांच्या कल्याणासाठी.

सर्व स्त्रियांनी जोखीम घेण्याचे धैर्य आणि क्षमता दाखवली. अनेकांनी त्यांची आयुष्यभराची बचत एका स्टार्टअपमध्ये ओतली. तथापि या जोखमी जरी धाडसाने पत्करल्या असल्या तरी अत्यंत काळजीपूर्वक विचार करून आणि परिश्रमपूर्वक अभ्यास केल्यानंतर घेतल्या होत्या.

घरातील गोष्टीत लक्ष घालण्याऐवजी मुलींनी एखादा व्यवसाय सुरू केला तर कुटुंब त्यांचे खच्चीकरण करते, अशी भारतातील एक लोकप्रिय धारणा आहे. या पुस्तकातील अनुभव या कल्पनेला पुष्टी देत नाहीत. सर्जनशील उपक्रम हाती घेणाऱ्या मुलींना कुटुंब नैतिक पाठिंबा देते, आईवडील मुलींना त्यांची स्वप्नं पूर्ण करण्याचा सल्ला देतात, नवरे त्यांच्या बायकांचा मान राखत त्यांची धामधुमीची दिनचर्या आनंदाने स्वीकारतात. सासू-सासरे पाठबळ देतात आणि आई बाहेर असताना मुलांना सांभाळणे अशा वेगवेगळ्या मार्गांनी मदतही करतात.

यातला गमतीचा भाग लग्नाच्या बाबतीतल्या निर्णयाचा आहे. थोड्याच स्त्री उद्योजकांनी उशिरा लग्न केलं आहे किंवा केलेलंच नाही आणि या वस्तुस्थितीवर विचार करायला हवा. या उद्योजकांच्या अनुभवातून दिसून येणारे आणखी एक महत्त्वाचे वैशिष्ट्य म्हणजे पूर्णपणे झोकून देऊन कित्येकदा कित्येक तास जास्त कष्ट घेण्याची तयारी. त्या सर्वजणी त्यांच्या कामाने झपाटलेल्या होत्या. पण याचा अर्थ असा नाही की आधी त्या कंटाळवाणे नावडते काम करत होत्या. खरं तर त्यांना त्यांचे काम करताना खूप आनंद मिळाला आहे. जर त्यांनी त्यांचे काम आनंदाने केले नसते तर यशासाठी आवश्यक असलेले प्रयत्न त्यासाठी करणे त्यांना शक्य झाले नसते.

या स्त्रियांच्या कामाच्या सवयीत सातत्याने शिकत राहण्याची प्रवृत्ती दिसून येते. व्यावसायिक तज्ज्ञ, प्रशिक्षक आणि मार्गदर्शक यांच्याकडून जराही न कचरता मदत आणि मार्गदशन मागणे तसेच जिथे संबंधित उपयुक्त माहिती मिळेल अशा चर्चासत्रांना, व्याख्यानांना आणि प्रशिक्षण वर्गांना भेट देणे, अशा गोष्टीतून सतत शिकत राहण्याची ही प्रवृत्ती दिसून येते. स्वतःच्या कार्यक्षेत्राशी संबंधित असणारी नियतकालिके आणि व्यावसायिक पुस्तके त्या अधाशासारखी वाचतात. त्याचबरोबर त्यांनी जास्त चांगल्या पद्धतीने गोष्टी कशा कराव्यात हे शिकण्यासाठी त्यांच्या क्षेत्रातील आघाडीच्या लोकांशी संपर्क प्रस्थापित केला आहे. शिक्षण आणि शिकणे ही अखंडित प्रक्रिया आहे असे त्या मानतात.

हे उद्योग सुरू करणाऱ्या स्त्रियांना त्यांना आयुष्यात काय हवे आहे हे पक्के माहीत होते, ही गोष्ट नमूद करण्यासारखी आहे. कारण भारतात सहसा मुलींना त्यांनी काय करावे याचे पर्याय चोखाळून पाहण्यासाठी प्रोत्साहन देण्याऐवजी त्यांच्यासाठी काय योग्य आहे, हेच सांगितले जाते आणि यामुळे स्पष्ट उद्दिष्टे समोर ठेवणे त्यांच्यासाठी अडचणीचे होते.

आपण हा उद्योग सोडल्यावर तो कसा चालेल, याचा विचार करायला बरेचसे उद्योजक विसरतात. भलेभले प्रकल्प संस्थापक निघून गेल्यावर विरून जातात. दूरदृष्टी असलेल्या उद्योजकांना हे माहीत असते की अशी एक वेळ येणार आहे ज्यानंतर ते उद्योगात राहू शकणार नाहीत आणि म्हणूनच ते सुरुवातीपासूनच त्यांचा उद्योग त्यांच्यानंतरही तग धरेल आणि वाढेल याची व्यवस्था ते करतात.

यापैकी बहुतेक स्त्रियांनी आतल्या आवाजाच्या हाकेस आणि आंतरिक ऊर्मीस प्रतिसाद दिला. त्यांनी हितचिंतकांच्या सल्ल्यांचा विचारही केला पण अंतिम निर्णय मात्र तर्कसंगत विचार करून स्वतःचे स्वतःच घेतले.

स्त्री उद्योजकांनी स्वतःच्या यशाचे मोजमाप करण्यासाठी वेगळे निकष वापरले. त्यांच्यापैकी बहुतेकांनी आकार किंवा नफा हा महत्त्वाचा निकष मानला नाही, ही गोष्ट लक्षात घेण्याजोगी आहे. समाजाच्या उद्धारासाठी त्यांच्या प्रकल्पाचे योगदान तसेच त्याचा

पर्यावरणावर होणारा परिणाम हे घटक त्यांनी महत्त्वाचे मानले. स्वतःच्या उद्योगाच्या मूलभूत ध्येयाचा प्रामाणिकपणे पाठपुरावा करणेसुद्धा त्यांनी महत्त्वाचे मानले.

या स्त्रियांच्या अंगी उदयोन्मुख सामाजिक आणि सांस्कृतिक परिस्थितीचे अवलोकन करून त्यात संधी शोधण्याची क्षमता होती. त्यामुळे आपण कुठे आपली छाप पाडू शकतो हे ओळखण्यास त्यांना मदत झाली. बहुतेकांनी मागणी आणि पुरवठा यातील अंतर शोधण्यासाठी संशोधनाचा वापर केला आहे. एखाद्या उपक्रमात आपण काम करण्याच्या जास्त चांगल्या कार्यपद्धती आणू शकतो किंवा कार्यपद्धतीची कार्यक्षमता सुधारू शकतो जेणेकरून त्याचे सकारात्मक परिणाम दिसतील आणि त्या विशिष्ट क्षेत्रातील त्यांचा प्रवेश सार्थ ठरेल, याची त्यांनी त्या उपक्रमात प्रवेश करण्याआधी खात्री करून घेतली होती.

ज्या तरुण महत्त्वाकांक्षी स्त्री उद्योजकांना स्वतःचे करियर आणि कौटुंबिक जीवनात समतोल साधायचा आहे आणि प्रेरणादायी आदर्श व्यक्तिमत्त्वांचे मार्गदर्शन मिळवायचे आहे त्यांना हे पुस्तक शिकण्याच्या संधी देते. उद्योजकतेच्या शिक्षकांना आणि स्त्री उद्योजकांना पाठिंबा देणाऱ्या संस्था चालवणाऱ्या आणि धोरणे आखणाऱ्यांनाही या पुस्तकात रस वाटेल. ज्या विकसनशील देशांमध्ये आपल्या देशासारखेच पूर्वग्रह तसेच सामाजिक आणि सांस्कृतिक आव्हाने आहेत तिथल्या समविचारी वाचकांनाही हे पुस्तक आवडेल.

लेखकाविषयी

अविनाश किरपाल यांनी १९६२ मध्ये ऑक्सफर्ड विद्यापीठातून पदवी मिळवली. त्यानंतर त्यांनी टाटाच्या प्रशासकीय सेवेत जवळजवळ तीस वर्षे काम केले. तिथे त्यांनी टाटा ग्रुपसाठी नवी दिल्ली येथे पब्लिक अफेअर्स ऑफिसर, टाटा एक्सपोर्ट लिमिटेडसाठी कॉर्पोरेट प्लॅनिंग मॅनेजर आणि टाटा इंटरनॅशनल लिमिटेडचे उपाध्यक्ष अशा विविध पदांवर काम केले. नंतर ते वर्ल्ड फेडरेशन ऑफ ट्रेडिंग असोसिएशन्स, मॉन्टरिअलचे सेक्रेटरी जनरल बनले.

गेली दहा वर्षे ते आयएमआय (इंटरनॅशनल मॅनेजमेंट इन्स्टिट्यूट)च्या प्रोग्रॅम्स फॉर डेव्हलेपमेंट ऑफ स्मॉल अँड मिडियम साइज्ड एंटरप्रायजेस या अभ्यासक्रमासाठी सल्लागार म्हणून कार्यरत आहेत. याच बरोबरीने आयएमआयचे त्रैमासिक *इंटरफेस*चे संपादक म्हणूनही ते काम पाहतात. आयएमआयमध्ये त्यांनी वर्ल्ड बँक, इंटरनॅशनल फायनान्स कॉर्पोरेशन, युनायटेड नेशन्स डेव्हलपमेंट प्रोग्राम, इंटरनॅशनल ट्रेड सेंटर आणि इंटरनॅशनल लेबर ऑर्गनायझेशन यांच्यासाठी लघु उद्योजक विकासाच्या क्षेत्रामधील सल्ला देण्याचे अनेक आंतरराष्ट्रीय उपक्रम केले.

त्यांच्या लिखाणामध्ये इंटरनॅशनल ट्रेड सेंटर, जिनिव्हा यांनी प्रकाशित केलेले *दी एसएमई अँड दी एक्सपोर्ट डेव्हलेपमेंट कंपनी* या पुस्तकाचा तसेच या पुस्तकाच्या फ्रेंच आणि स्पॅनिश भाषेतील आवृत्त्यांचा समावेश आहे. ते या पुस्तकाचे सहलेखक आहेत. तसेच व्यवस्थापकीय नियतकालिकांमध्ये आणि मासिकांमध्ये त्यांचे लेख प्रकाशित झाले आहेत.

जुने अभिरुचीपूर्ण चित्रपट पाहणे व प्रवास करणे हे त्यांचे छंद आहेत. त्यांनी कामासाठी आणि आवड म्हणून साठपेक्षा जास्त देशांची भ्रमंती केली आहे.